ஒரு விசாவுக்காகக் காத்திருத்தல்

டாக்டர் அம்பேத்கர்

ரிதம் வெளியீடு

ஒரு விசாவுக்காகக் காத்திருத்தல்
டாக்டர் அம்பேத்கர் ©

Oru Visavukkaga Kathiruthal
Dr. Ambedhkar ©

1st Edition: Jan 2024
Pages: 40   Price: Rs. 50
ISBN: 978-81-96322-03-8

Published by:
Rhythm Veliyeedu
New No.58, Old No.26/1, 1st Floor,
Alandur Road, Saidapet,
Chennai - 600 015, Tamil Nadu, INDIA
Ph : (044) 2381 0888, 2381 1808, 4208 9258
E-mail : senthil@rhythmbooks.in
Web : www.rhythmbooksonline.com

Book Layout & Cover Design
Visual Vinodh - 9500149822

ஒரு விசாவுக்காகக் காத்திருத்தல்

தீண்டாமை வழக்கத்திலிருப்பதைப் பற்றி வெளிநாட்டவர்களுக்கு நிச்சயமாகத் தெரியும். ஆனால், வெகுதொலைவில் வாழும் அவர்களுக்கு யதார்த்தத்தில், இது எவ்வளவு கொடூரமானது என்பதை உணரமுடிவதில்லை. அதிக எண்ணிக்கையில் இந்துக்கள் வாழும் ஒரு கிராமத்தின் ஓரப்பகுதியிலே குடியிருக்கும் சில தீண்டத்தகாதவர்கள், தினந்தோறும் அந்த கிராமத்தின் மிக அருவருக்கத்தக்க கழிவுகளை அப்புறப்படுத்துவதையும், பலதரப்பட்டவர்களுக்கும் எடுபிடி வேலைகள் செய்வதையும், இந்துக்களின் வீட்டு வாசல்களில் நின்று உணவு பெற்றுக்கொள்வதையும், இந்து பனியாக்களின் கடைகளில் தூரத்தில் நின்றுகொண்டு மளிகை சாமான்கள் மற்றும் எண்ணெய் வாங்குவதையும், அந்தக் கிராமத்தைச் சேர்ந்த எவரையும் தீண்டாமலும் யாராலும் தீண்டப்படாமலும் இருப்பதையும், இருப்பினும் அந்தக் கிராமத்தை எல்லா விதத்திலும் தங்களது சொந்த ஊராகக் கருதி எப்படி வாழ முடியும் என்பதையும் வெளிநாட்டவர்களால் புரிந்துகொள்ள முடிவதில்லை. சாதி இந்துக்களால், தீண்டத்தகாதவர்கள் நடத்தப்படும் விதத்தைப் பற்றிய சித்திரத்தை எப்படிச் சிறப்பாக அளிப்பது என்பதே பிரச்சினை. அவர்கள் நடத்தப்படும் விதத்தைப் பற்றிய பொதுவான விளக்கம் அல்லது சம்பவக் குறிப்புகளை அளிப்பது என்ற இரு முறைகளால் இந்த விருப்பத்தை நிறைவேற்ற முடியும்; முதலில் குறிப்பிட்டதைவிட பின்னால் குறிப்பிட்டதே மிகவும் பயனுள்ளதாக இருக்கும் என்று கருதுகிறேன். என் அனுபவத்திலிருந்து எடுக்கப்பட்ட சில நிகழ்வுகளையும், பிறரது வாழ்க்கையில் ஏற்பட்ட நிகழ்வுகளையும் இதற்காகத் தேர்ந்தெடுத்துள்ளேன். என் சொந்த வாழ்க்கையில் நேர்ந்த சில நிகழ்வுகளிலிருந்து ஆரம்பிக்கிறேன்.

ஒன்று

பம்பாய் மாகாணத்தின் ரத்னகிரி மாவட்டத்தைச் சேர்ந்த டபோலி தாலுகாவிலிருந்து வந்துள்ளது எங்கள் குடும்பம். கிழக்கிந்திய கம்பெனியின் ஆட்சி ஆரம்பித்த நாளிலிருந்தே என் மூதாதையர்கள் தங்கள் பரம்பரைத் தொழிலை விடுத்து கம்பெனியின் ராணுவத்தில் சேர்ந்து பணியாற்றத் தொடங்கினர். குடும்ப வழக்கப்படி என் தகப்பனாரும் ராணுவத்தில் சேர்ந்தார். அதிகாரி பதவி வரை உயர்ந்த அவர் சுபேதாராக ஓய்வு பெற்றார். ஓய்வு பெற்ற பிறகு என் தகப்பனார் டபோலியிலே நிரந்தரமாக தங்கிவிடுவது என்ற எண்ணத்துடன் குடும்பத்தை அங்கு இட்டுச் சென்றார். ஆனால், ஏதோ சில காரணங்களால் அவர் மனம் மாறியது. டபோலியிலிருந்து சதாராவுக்கு எங்கள் குடும்பம் சென்றது. நாங்கள் அங்கு 1904 வரை வாழ்ந்து வந்தோம். நான் இங்கு குறிப்பிடும், என் நினைவிலிருக்கும் முதல் நிகழ்வு 1901ஆம் ஆண்டு வாக்கில், சதாராவில் நாங்கள் இருந்தபோது நிகழ்ந்தது. என் தாயார் அப்பொழுது உயிருடன் இல்லை. சதாரா மாவட்டத்தின் கடாவ் தாலுகாவிலுள்ள கோரேகான் என்ற இடத்தில் காசாளராகப் பணியாற்ற என் தந்தையார் சென்றிருந்தார். பஞ்சத்தால் பாதிக்கப்பட்டு ஆயிரக்கணக்கில் மடிந்து கொண்டிருந்த மக்களுக்கு வேலை கொடுப்பதற்காக பம்பாய் அரசு அங்கே ஒரு பெரிய குளத்தை வெட்ட ஏற்பாடு செய்திருந்தது. என் தந்தையார் கோரேகானுக்குச் சென்றபோது, என்னையும் என் மூத்த சகோதரனையும், மறைந்த என் மூத்த சகோதரியின் இரு மகன்களையும் என் அத்தை

மற்றும் சில நல்ல அண்டை வீட்டுக்காரர்களின் பராமரிப்பில் விட்டுச் சென்றார். என் அத்தை மிகவும் நல்ல மனம் படைத்தவர் என்பதை அறிவேன். ஆனால், அவரால் எங்களுக்கு எந்த பயனும் இல்லை, அவர் ஒரு மாதிரி குட்டையான உடல் அமைப்பைக் கொண்டவர். காலில் ஏதோ ஒரு கோளாறு இருந்ததால் யாராவது உதவினால் தான் நடமாட முடியும் என்ற நிலையில் இருந்தார். பல நேரங்களில் அவரைத் தூக்கிச் செல்ல வேண்டியிருந்தது. எனக்குச் சகோதரிகள் இருந்தனர். திருமணமான அவர்கள் தங்கள் குடும்பத்தினருடன் வேறு ஊர்களில் வசித்து வந்தனர். எங்கள் அத்தை தம் இயலாமையால் சமைக்க முடியாத நிலையில் இருந்ததால் உணவு தயாரிப்பது என்பது எங்களுக்குப் பிரச்சினையாக இருந்தது. ஏனெனில், நாங்கள் நான்கு சிறுவர்களும் பள்ளிக்குச் சென்று வந்தவுடன் எங்கள் உணவையும் தயாரித்துக் கொண்டோம். எங்களால் ரொட்டி தயாரிக்க முடியாது, சோற்றையும் இறைச்சியையும் கலந்து எளிய முறையில் தயாரிக்கக் கூடியதாக எங்களுக்குத் தோன்றிய, புலாவ் உணவில் நாங்கள் வாழ்ந்து வந்தோம்.

காசாளர் பொறுப்பில் இருந்ததால் எங்கள் தந்தையால் சதாராவுக்கு வந்து எங்களைச் சந்திக்க முடியவில்லை. எனவே கோடை விடுமுறையை அவருடன் கழிக்க, எங்களை கோரேகானுக்கு வருமாறு அவர் எழுதியிருந்தார். இது, சிறுவர்களான எங்களுக்கு மிகுந்த உற்சாகத்தை அளித்தது. ஏனெனில் இதுவரை எங்களில் யாரும் ரயில் வண்டியைப் பார்த்ததில்லை.

பலத்த தயாரிப்புகள் நடந்தன. பிரயாணத்துக்காக இங்கிலாந்தில் தயாரிக்கப்பட்ட புதிய சட்டைகள், புதிய பாத அணிகள், வேலைப்பாடு மிக்க தொப்பிகள், புத்தம் புதிய சரிகைக் கரை போட்ட வேட்டிகள் வாங்குவதற்கு ஏற்பாடுகள் செய்யப்பட்டன. எங்கள் பிரயாணத்தைக் குறித்து தந்தையார் எல்லா விவரங்களையும் எங்களுக்குக் கொடுத்திருந்ததுடன், எங்களை ரயில் நிலையத்தில் சந்தித்து கோரேகானுக்கு அழைத்துச் செல்ல அவரது வேலையாளை அனுப்புவதற்காக, நாங்கள் எந்த தேதியில் புறப்படுகிறோம் என்ற விவரத்தை எழுதச் சொல்லியிருந்தார். இந்த ஏற்பாட்டின்படி நான், என் அண்ணன், என் சகோதரிகளில் ஒருவருடைய மகன்கள்

ஆகியோர் சதாராவுக்குப் புறப்பட்டுச் சென்றோம். என் அத்தையை, அண்டை வீட்டுக்காரர்கள் கவனித்துக் கொள்வதாக உறுதி அளித்ததால் அவர் அங்கேயே தங்கியிருந்தார். எங்கள் இருப்பிடத்திலிருந்து ரயில் நிலையம் 10 மைல் தொலைவில் இருந்தது. ரயில் நிலையம் செல்ல ஒரு டோங்காவை (ஒற்றைக் குதிரை வண்டி) ஏற்பாடு செய்தோம். எங்கள் பிரிவால் ஏற்பட்ட துக்கத்தால், சோகத்தில் அனேகமாக கீழே சாய்ந்துவிட்ட என் அத்தையின் அழுகுரலுக்கு இடையே பிரயாணத்துக்காகச் சிறப்பாகத் தயாரிக்கப்பட்டிருந்த புதிய ஆடைகளை அணிந்து மிகுந்த மகிழ்ச்சியுடன் வீட்டை விட்டுப் புறப்பட்டோம்.

நாங்கள் ரயில் நிலையத்தை அடைந்தவுடன் என் அண்ணன் பிரயாணச் சீட்டு வாங்கி வந்தான்; எங்கள் விருப்பப்படி செலவு செய்ய கைச் செலவுக்காக, எனக்கும் என் சகோதரியின் மகன்களுக்கும் ஆளுக்கு 2 அணா கொடுத்தான். உடனே உற்சாகமாக செயலில் இறங்கினோம். முதலாவதாக ஆளுக்கு ஒரு பாட்டில் எலுமிச்சம் பழபானம் வாங்கினோம். சிறிது நேரத்தில் ரயில் விசிலோசையுடன் நுழைந்தது. ரயிலைத் தவறவிட்டு விடுவோமோ என்ற பயத்தில் வேகவேகமாக ரயிலில் ஏறினோம். கோரேகானுக்குச் செல்ல, அதன் மிக அருகாமையிலுள்ள ரயில் நிலையமான மாசுரில் இறங்க வேண்டுமென்று எங்களுக்குக் கூறப்பட்டிருந்தது.

மாலை சுமார் 5 மணியளவில் ரயில் மாசுரை அடைந்தது. நாங்கள் மூட்டை முடிச்சுகளுடன் இறங்கினோம். சில நிமிடங்களில் ரயிலிலிருந்து இறங்கிய எல்லாப் பயணிகளும் தாங்கள் செல்ல வேண்டிய இடங்களுக்குச் சென்றுவிட்டனர். எங்கள் தகப்பனாரோ அல்லது அவர் அனுப்புவதாகச் சொல்லியிருந்த வேலையாளோ வருவார் என்று நாங்கள் நான்கு சிறுவர்களும் பிளாட்பாரத்தில் காத்திருந்தோம். நீண்ட நேரம் காத்திருந்தும் யாரும் வரவில்லை. ஒருமணி நேரம் கழிந்த பின் ரயில் நிலைய அதிகாரி வந்து விசாரித்தார். அவர் எங்களிடம் பிரயாணச் சீட்டைக் கேட்டார். அவற்றை அவருக்குக் காண்பித்தோம். நாங்கள் ஏன் அங்கே காத்திருக்கிறோம் என்று அவர் கேட்டார். நாங்கள் கோரேகானுக்குப் போக வேண்டியதையும், எங்கள் தகப்பனாரோ அல்லது அவர் அனுப்புவதாகக் கூறிய வேலையாளோ வரவில்லை

என்பதையும், எங்களுக்குக் கோரேகானுக்கு எப்படிப் போவது என்பது தெரியாது என்பதையும் அவரிடம் விளக்கினோம். நாங்கள் நன்கு ஆடையணிந்த சிறுவர்களாக இருந்தோம். எங்களின் உடையிலிருந்தோ எங்களின் பேச்சிலிருந்தோ நாங்கள் தீண்டத்தகாத சிறுவர்கள் என்று யாரும் கண்டுபிடித்து விட முடியாது. நாங்கள் பிராமணச் சிறுவர்கள்தான் என்று ரயில் நிலைய அதிகாரி உண்மையிலேயே நம்பி, நாங்கள் இருந்த நிலையைக் கண்டு மிகவும் வேதனை அடைந்தார். இந்துக்களின் வழக்கப்படி நாங்கள் யாரென்று ரயில் நிலைய அதிகாரி கேட்டார். ஒரு நிமிடம் கூடத் தாமதியாது, நாங்கள் மஹர்கள் என்று நான் உளறிவிட்டேன். (பம்பாய் மாகாணத்தில் தீண்டத்தகாதவர்கள் சாதியில் ஒன்றுதான் மஹர் சாதி). அவர் திடுக்கிட்டுப் போனார். அவர் முகத்தில் திடீர் மாற்றம் தோன்றியது. ஒரு விசித்திரமான அருவருப்பு உணர்வு, அவரைத் தாக்கியதாக எங்களுக்கு தோன்றியது. என்னுடைய பதிலைக் கேட்டவுடன் அவர் தமது அறைக்குச் சென்றுவிட்டார். நாங்கள் அந்த இடத்திலேயே நின்று கொண்டிருந்தோம். பதினைந்திலிருந்து இருபது நிமிடங்கள் கழிந்தன. சூரியன் அநேகமாக மறைந்துவிட்டது. தகப்பனாரும் வரவில்லை, அவர் அனுப்புவதாகக் கூறிய வேலையாளையும் காணோம். ரயில் நிலைய அதிகாரியும் எங்களை விட்டுப் போய் விட்டார். பிரயாண ஆரம்பத்தில் இருந்த குதூகலமும் மகிழ்ச்சியும் மறைந்து மிகுந்த சோகத்திற்கும் குழப்பத்திற்கும் ஆளானோம்.

அரைமணி நேரம் கழிந்த பிறகு ரயில் நிலைய அதிகாரி வந்து நாங்கள் என்ன செய்வதாக உத்தேசித்துள்ளோம் என்று கேட்டார். வாடகைக்கு மாட்டு வண்டி கிடைக்குமானால், கோரேகானுக்கு புறப்படத் தயாராக இருப்பதாகக் கூறினோம். மேலும் அது வெகுதூரத்தில் இல்லை என்றால் உடனேயே புறப்படலாம் என்றோம். அங்கே வாடகைக்குப் பல வண்டிகள் இருந்தன. நாங்கள் மஹர்கள் என்று ரயில் நிலைய அதிகாரிக்கு நான் சொன்ன பதில் வண்டிக்காரர்களைச் சென்றடைந்து விட்டது. அவர்களில் யாரும் தீட்டுப்படத் தயாராக இல்லை. அத்துடன் தீண்டத்தகாதவர்களைப் பயணிகளாக ஏற்றிச் செல்வதன் மூலம் தங்களைத் தாழ்த்திக் கொள்ளவும் விரும்பவில்லை. நாங்கள் இருமடங்கு வாடகை கொடுக்க முன்வந்தும், பணத்தால்

பலன் ஒன்றும் இல்லை என்பதைக் கண்டோம். எங்களுக்காகப் பேச்சுவார்த்தையில் ஈடுபட்ட ரயில் நிலைய அதிகாரி என்ன செய்வதென்று தெரியாமல் மௌனமாக நின்று கொண்டிருந்தார். திடீரென்று அவருக்கு ஏதோ ஒரு சிந்தனை உதயமானது போலத் தோன்றியது. "உங்களுக்கு வண்டி ஓட்டத் தெரியுமா?" என்று ரயில் நிலைய அதிகாரி எங்களிடம் கேட்டார். எங்களுடைய கஷ்டங்களுக்கு ஒரு தீர்வு அவருக்குக் கிடைத்து விட்டது என்று உணர்ந்த நாங்கள் உரத்த குரலில் "ஓ, தெரியும்" என்று கூறினோம். நாங்கள் வண்டிக்காரருக்கு இரு மடங்கு வாடகை கொடுப்போமென்றும், நாங்களே வண்டியை ஓட்டிச் செல்வோமென்றும், வண்டிக்காரன் எங்கள் பிரயாணத்தின் போது வண்டியுடன் நடந்து வரவேண்டுமென்றும் எங்கள் சார்பாக அவர்களிடம் அவர் பேரம் பேசினார். தனக்கு வாடகை கிடைப்பதுடன் தீட்டுப்படுவதிலிருந்து பாதுகாப்புக் கிடைக்கிறது என்று கருதிய ஒரு வண்டிக்காரன் இதற்கு ஒத்துக்கொண்டான்.

நாங்கள் புறப்படத் தயாரானபோது மாலை 6.30 ஆகிவிட்டது. இருட்டுக்கு முன்பு கோரேகானை அடைந்து விடுவோம் என்பதை நிச்சயப்படுத்திக் கொள்ளாமல் ரயில் நிலையத்தை விட்டுப் புறப்பட நாங்கள் விரும்பவில்லை. எனவே கோரேகான் சேர அவனுக்கு எவ்வளவு நேரம் பிடிக்கும் என்பதையும், எவ்வளவு தூரத்தில் அது இருக்கிறது என்பதையும் அவனிடம் கேட்டோம். மூன்று மணி நேரத்துக்கு அதிகம் பிடிக்காது என்று அவன் உறுதியளித்தான். அவனுடைய சொற்களை நம்பி எங்களுடைய சாமான்களை வண்டியில் ஏற்றினோம். ரயில் நிலைய அதிகாரிக்கு நன்றி சொல்லிவிட்டு வண்டியில் ஏறிக்கொண்டோம். எங்களில் ஒருவன் மூக்கணாங் கயிற்றை எடுத்துக் கொள்ள வண்டி புறப்பட்டது. வண்டிக்காரன் அதைத் தொடர்ந்து நடந்து வந்தான்.

ரயில் நிலையத்துக்கு அருகே ஓர் ஆறு ஓடிக் கொண்டிருந்தது. அங்குமிங்குமாக சிறு தண்ணீர்க் குட்டைகள் உள்ள பகுதிகளைத் தவிர மற்ற இடங்களில் மிகவும் வறண்டு கிடந்தது. வழியில் தண்ணீர் கிடைக்காமல் போகக்கூடும் என்பதால் அங்கேயே தங்கி எங்கள் சாப்பாட்டை முடித்துக் கொள்ள வேண்டுமென்று வண்டிக்காரன் யோசனை கூறினான்.

டாக்டர். அம்பேத்கர்

நாங்கள் சம்மதம் தெரிவித்தோம். கிராமத்துக்குச் சென்று சாப்பிட்டுவர வாடகையில் ஒரு பகுதியை அவன் எங்களிடம் கேட்டான். என் சகோதரன் அவனுக்குக் கொஞ்சம் பணம் கொடுத்தவுடன் விரைவில் திரும்பி வந்து விடுவதாகக் கூறிவிட்டு அவன் சென்றுவிட்டான். எங்களுக்கு மிகவும் பசியாக இருந்ததால் சாப்பிடுவதற்கு ஒரு சந்தர்ப்பம் கிடைத்ததில் மிக்க மகிழ்ச்சி அடைந்தோம். எங்கள் அண்டை வீட்டுப் பெண்மணிகளின் உதவியுடன் அத்தை பிரயாணத்துக்காக நல்ல உணவு வகைகளைத் தயாரித்துக் கொடுத்திருந்தார். உணவுக் கூடைகளைத் திறந்து சாப்பிட ஆரம்பித்தோம். கைகழுவுவதற்கு எங்களுக்குத் தண்ணீர் தேவைப்பட்டது. அருகிலுள்ள ஆற்றங்கரைப் படுகையில் இருந்த தண்ணீர் குட்டைக்கு எங்களில் ஒருவன் சென்றான். ஆனால், அந்தத் தண்ணீர் உண்மையிலே தண்ணீரே இல்லை. நீர் குடிக்கச் செல்லும் எருமைகள் மற்றும் கன்றுகாலிகளின் சாணங்களும் மூத்திரங்களும் கலந்து அது சேறும் சகதியுமாகயிருந்தது. அந்தத் தண்ணீர் மனித உபயோகத்துக்கு லாயக்கற்றது. எங்களால் குடிக்க முடியாத அளவிற்குத் தண்ணீர் பயங்கர நாற்றமடித்தது. நாங்கள் திருப்தி இல்லாமல் அரைகுறையாக சாப்பாட்டை முடித்துக் கொண்டு வண்டிக்காரனுக்காகக் காத்திருந்தோம். நீண்ட நேரமாக அவனைக் காணவில்லை. நாங்கள் செய்ய முடிந்ததெல்லாம், எல்லாத் திசைகளிலும் அவனை எதிர்பார்த்துக் கொண்டிருப்பதுதான், கடைசியில் அவன் வந்தவுடன் நாங்கள் எங்கள் பயணத்தைத் தொடர்ந்தோம். ஒரு நாலைந்து மைல்களுக்கு நாங்கள் வண்டி ஓட்டிச் செல்ல, அவன் நடந்து வந்து கொண்டிருந்தான். திடீரென்று வண்டிக்குள்ளே குதித்து எங்களிடமிருந்து மூக்கணாங் கயிற்றை வாங்கிக் கொண்டான். தீட்டுப்பட்டு விடுமோ என்ற பயத்தில் எங்களுக்கு வாடகைக்கு வண்டியைக் கொடுக்க மறுத்தவன், தன்னுடைய மதப் பண்பாட்டை ஒதுக்கி வைத்துவிட்டு எங்களுடன் ஒரே வண்டியில் உட்காரும் அளவுக்கு அவன் மனம் மாறிவிட்டது போல் அந்த மனிதனிடம் ஏற்பட்ட ஒரு விசித்திரமான நடத்தையாக அது எங்களுக்குத் தோன்றியது. அந்த வேளையில் அவனிடம் எந்தக் கேள்வியையும் கேட்க எங்களுக்குத் தைரியம் வரவில்லை. எவ்வளவு சீக்கிரம் முடியுமோ அவ்வளவு சீக்கிரத்தில் நாங்கள் செல்ல வேண்டிய

இடமான கோரேகானை அடைவதிலேதான் நாங்கள் ஆவலாக இருந்தோம். சிறிதுநேரம் வண்டியின் ஓட்டத்திலே மூழ்கியிருந்தோம். ஆனால், விரைவில் எங்களைச் சுற்றி இருள் கவ்வியது. இந்த இருளை விலக்க தெரு விளக்குகள் இல்லை. மனித நடமாட்டத்திற்கு மத்தியில் நாங்களும் இருக்கிறோம் என்ற தைரியத்தை அளிக்க ஆண்களோ அல்லது பெண்களோ ஏன் கன்றுகாலிகளோ கூட எங்களைக் கடந்து செல்லவில்லை. எங்களைச் சூழ்ந்திருந்த தனிமை எங்களைப் பயமுறுத்தியது. எங்கள் கவலை அதிகரித்தது. எங்களால் முடிந்த அளவு தைரியமாக இருந்தோம். மாசுரிலிருந்து வெகுதூரம் பயணம் செய்து விட்டோம். மூன்று மணி நேரத்துக்கும் மேலாகிவிட்டது. எனினும் கோரேகானை நெருங்கிக் கொண்டிருக்கிறோம் என்பதற்கான எந்தவித அடையாளமும் காணப்படவில்லை. எங்கள் உள்ளத்தில் ஒரு விசித்திரமான எண்ணம் தோன்றியது. அந்த வண்டிக்காரன் நம்பிக்கைத் துரோகம் செய்கிறானோ, எங்களைக் கொல்வதற்காக ஆளில்லாத இடத்திற்குக் கொண்டு செல்கிறானோ என்ற சந்தேகம் எழுந்தது. நாங்கள் அணிந்திருந்த தங்க ஆபரணங்கள் இந்த சந்தேகத்தை மேலும் உறுதிப்படுத்தின. கோரேகான் எவ்வளவு தூரத்தில் இருக்கிறது, அங்கே போவதற்கு ஏன் இவ்வளவு தாமதமாகிறது என்று அவனைக் கேட்கத் தொடங்கினோம். "அது வெகுதூரத்தில் இல்லை, வெகு விரைவில் அதை அடைவோம்" என்று கூறிக் கொண்டிருந்தான். இரவு சுமார் பத்து மணியாகியும் கோரேகானை நெருங்கிவிட்டதற்கான எந்த அடையாளமும் காணப்படாததால் நாங்கள் சிறுவர்கள் அழ ஆரம்பித்தோம். வண்டிக்காரனைத் திட்டினோம். நீண்டநேரம் எங்களுடைய அழுகையும் முனகலும் தொடர்ந்தன. வண்டிக்காரன் எந்தப் பதிலும் அளிக்கவில்லை. சிறிது தூரத்தில் விளக்கொளி தோன்றுவதை திடீரென்று கண்டோம். "அதோ அந்த வெளிச்சத்தைக் காண்கிறீர்களா?" என்று வண்டிக்காரன் கேட்டான். அது சுங்கச்சாவடியிலிருந்து வரும் வெளிச்சம், இரவு நாம் அங்கு தங்குவோம்" என்றான். எங்களுக்குச் சிறிது ஆறுதலாக இருந்ததால் நாங்கள் அழுவதை நிறுத்திக் கொண்டோம். தூரத்திலிருந்த வெளிச்சத்தை எட்டிப் பிடிக்க முடியும் என்று தோன்றவில்லை. சுங்கத் தண்டலரின் குடிசையை அடைவதற்கு எங்களுக்கு இரண்டு மணி நேரம் பிடித்தது. இந்த

இடைவெளி நேரம் எங்களது கவலையை அதிகரித்தது. அந்த இடத்தை அடைவதற்கு ஏன் இவ்வளவு தாமதமாகிறது, நாம் சரியான சாலையிலேதான் சென்று கொண்டிருக்கிறோமா என்று வண்டிக்காரனிடம் பல கேள்விகளைத் தொடுத்துக் கொண்டே இருந்தோம்.

கடைசியாக நடுநிசியில் வண்டி சுங்கத் தண்டலரின் குடிசையை வந்தடைந்தது. அது குன்றின் மறுபக்கத்தில் தாழ்வுப் பகுதியில் இருந்தது. அங்கு வந்தடைந்தபோது பல வண்டிகள் இரவைக் கழிக்க அங்கே இருப்பதைக் கண்டோம். எங்களுக்குப் பசி அதிகமாக இருந்ததால் உணவு உட்கொள்ள ஆசைப்பட்டோம். ஆனால், மீண்டும் தண்ணீர் பிரச்சினை எழுந்தது. தண்ணீர் கிடைப்பதற்குச் சாத்தியம் இருக்கிறதா என்று எங்கள் வண்டிக்காரனைக் கேட்டோம். நாங்கள் மஹர் என்ற உண்மையை இந்துவான சுங்க தண்டலரிடம் சொன்னால் எங்களுக்குத் தண்ணீர் கிடைக்காது என்று வண்டிக்காரன் எங்களை எச்சரித்தான். "முகமதியர்கள் என்று கூறுங்கள், உங்கள் அதிர்ஷ்டத்தைப் பார்க்கலாம்" என்றான் அவன். அந்த யோசனையின்படி நான் சுங்கத் தண்டலரிடம் போய் எங்களுக்குக் கொஞ்சம் தண்ணீர் தரமுடியுமா என்று கேட்டேன். "நீ யார்?" என்று அவர் கேட்டார். நாங்கள் முஸ்லீம்கள் என்று பதிலளித்தேன். முஸ்லீம் என்பதைப் பற்றி சந்தேகம் வரக்கூடாது என்பதற்காக எனக்கு நன்கு தெரிந்த உருது மொழியில் பேசினேன். ஆனால், இந்தத் தந்திரம் பலிக்கவில்லை. அவர் நறுக்குத் தெறித்தாற் போல் பதிலளித்தார்: "உங்களுக்கு யார் இங்கே தண்ணீர் வைத்திருக்கிறார்கள்? அந்தக் குன்றிலே தண்ணீர் இருக்கிறது, வேண்டுமென்றால் போய் எடுத்துக் கொள். என்னிடம் ஒன்றும் ஒன்றும் இல்லை." இதைக் கூறி என்னை அனுப்பிவிட்டார். வண்டிக்கு திரும்பிவந்து அவருடைய பதிலை அண்ணனிடம் கூறினேன். என் அண்ணன் என்ன நினைத்தானோ எனக்குத் தெரியாது, எங்களைக் கீழே படுங்கள் என்று மட்டும் சொன்னான்.

காளைகளை நுகத்தடியிலிருந்து அவிழ்த்துவிட்டு வண்டி தரையில் சாய்வாக நிறுத்தப்பட்டது. வண்டியின் உள்ளே இருந்த அடிப்பலகையில் படுக்கையை விரித்து படுத்துக் கொண்டோம். பத்திரமான இடத்துக்கு வந்து சேர்ந்ததால் என்ன நடந்தது

என்பதைப் பற்றி நாங்கள் கவலைப்படவில்லை. இதுவரை நடந்த நிகழ்வுகளை எங்கள் மனம் அசைப்போட்டுக் கொண்டே இருந்தது. எங்களிடம் ஏராளமாக உணவுப் பொருள்கள் இருந்தன. பசியால் வயிறு கபகப என்று எரிந்துகொண்டிருந்தது. இருந்தும் உணவு உட்கொள்ளாமல் தூங்கச் செல்ல வேண்டியிருந்தது. ஏனென்றால் தண்ணீர் கிடைக்காததால் இந்த நிலைமை. நாங்கள் தீண்டத்தகாதவர்களாக இருந்ததால் எங்களுக்குத் தண்ணீர் கிடைக்கவில்லை. இதுதான் எங்கள் மனத்தில் பதிந்த கடைசிச் சிந்தனை. பத்திரமான இடத்தை அடைந்துவிட்டோம் என்று நான் சொன்னேன். ஆனால், என் அண்ணனுக்கு அதில் அவ்வளவு நம்பிக்கை இல்லை. நாங்கள் நான்கு பேரும் தூங்கச் செல்வது அவ்வளவு புத்திசாலித்தனமானது அல்ல என்று அவன் கூறினான். என்ன வேண்டுமானாலும் நிகழக் கூடும். ஒரு நேரத்தில் இரண்டு பேர் தூங்க வேண்டுமென்றும், இருவர் காவல் காக்க வேண்டுமென்றும் அவன் யோசனை கூறினான். அந்தக் குன்றின் தாழ்வாரத்தில் நாங்கள் இரவைக் கழித்தோம்.

காலை 5 மணிக்கே எங்கள் வண்டிக்காரன் வந்து கோரேகானுக்குப் புறப்படலாம் என்று கூறினான். நாங்கள் தீர்மானமாக அதை மறுத்துவிட்டோம். அசையமாட்டோம் என்று கூறிவிட்டோம். 8 மணிக்கு முன்பு அசையமாட்டோம் என்று கூறிவிட்டோம் எந்தவித எதிர்பாராத சோதனைகளையும் சந்திக்க நாங்கள் விரும்பவில்லை. அவன் பதில் எதுவும் பேசவில்லை. எனவே 8 மணிக்குப் புறப்பட்ட நாங்கள் 11 மணிக்கு கோரேகானை அடைந்தோம். எங்கள் வருகையைப் பற்றி எந்த விதத்தகவலும் கிடைக்கவில்லை என்று கூறி, எங்களைக் கண்டு தகப்பனார் ஆச்சரியப்பட்டார். நாங்கள் தகவல் அனுப்பினோம் என்று கூறி ஆட்சேபித்தோம். அவர் அதை மறுத்தார். பிறகு அது என் தகப்பனாரின் வேலையாளின் தவறு என்று கண்டுபிடிக்கப்பட்டது. எங்கள் கடிதத்தைப் பெற்றுக் கொண்ட அவன், அதை என் தகப்பனாரிடம் சேர்ப்பிக்கத் தவறிவிட்டான்.

இந்த நிகழ்வு எனது வாழ்வில் மிக முக்கியமான இடத்தைப் பிடித்துள்ளது. அது நிகழ்ந்தபோது எனக்கு ஒன்பது வயது. ஆனால், அது என் மனத்தில் ஓர் அழியாத தழும்பை ஏற்படுத்திவிட்டது. இந்த நிகழ்வு நடைபெறுவதற்கு

முன்புகூட நான் தீண்டத்தகாதவன், தீண்டத்தகாதவர்கள் சில அவமானங்களுக்கும் அவமதிப்புகளுக்கும், பாகுபாடுகளுக்கும் உட்பட்டவர்கள் என்பதை அறிவேன். உதாரணமாக, பள்ளியில் எனது வகுப்பு மாணவர்களிடையே எனது தகுதி வரிசைப்படி நான் உட்காரக்கூடாது, ஒரு மூலையில் தனியாகத் தான் உட்காரவேண்டும். வகுப்பில் நான் உட்காருவதற்காக என்னிடம் தனியாக ஒரு சாக்குத் துணி இருக்கும். பள்ளியைச் சுத்தம் செய்யும் வேலைக்காரன் நான் உபயோகித்த சாக்குத் துணியைத் தொடமாட்டான். அந்தச் சாக்குத்துணியை மாலையில் வீட்டுக்குக் கொண்டு சென்றுவிட்டு, மறுநாள் காலையில் திரும்பவும் பள்ளிக்குக் கொண்டு செல்லவேண்டும். தீண்டத்தக்கவர்களின் குழந்தைகள் பள்ளியில் இருக்கும்போது தாகம் ஏற்பட்டால் தண்ணீர் குழாய்க்குச் சென்று குழாயைத் திறந்து தங்கள் தாகத்தைத் தணித்துக் கொள்ளமுடியும். இதற்கு வேண்டியதெல்லாம் ஆசிரியருடைய அனுமதி மட்டுந்தான். ஆனால், என்னுடைய நிலைமை மாறானது. யாராவது தீண்டத்தக்கவர்கள் குழாயைத் திறக்காவிட்டால் நான் குழாயைத் தொடமுடியாது, எனது தாகத்தைத் தணித்துக் கொள்ளமுடியாது. என்னைப் பொறுத்தமட்டில் ஆசிரியரின் அனுமதி மட்டும் போதாது. பள்ளிக்கூடப் பணியாளும் இருக்க வேண்டும். ஏனென்றால் இந்த மாதிரி வேலைகளுக்கு அவனைத்தான் ஆசிரியர் பயன்படுத்தி வந்தார். பணியாள் எங்கேயாவது சென்றிருந்தால் எனக்குத் தண்ணீர் கிடைக்காது. நிலைமையைச் சுருக்கமாக இப்படிக் கூற முடியும். பணியாள் இல்லை என்றால் தண்ணீரும் இல்லை. வீட்டில் என் சகோதரிகள்தான் துணிகளை துவைத்துச் சலவை செய்துவந்தனர். சதாராவில் சலவைத் தொழிலாளர்கள் இல்லை என்று சொல்ல முடியாது; நாங்கள் சலவையாளர்களுக்குப் பணம் கொடுக்க சக்தியற்றவர்களும் அல்ல. ஆனால், நாங்கள் தீண்டத்தகாதவர்கள் என்பதால்தான் என் சகோதரிகள் துணிகளைச் சலவை செய்ய வேண்டிய நிலை இருந்தது, எந்த ஒரு சலவையாளரும் தீண்டத்தகாதவர்களின் துணியைச் சலவை செய்ய முன்வர மாட்டார். என் மூத்த சகோதரிதான் எங்களுக்கு முடிவெட்டவும், சவரம் செய்யவும் செய்தார். எங்களுக்கு முடிவெட்டுவதன் மூலம் அவர் ஒரு கைதேர்ந்த முடிதிருத்துபவர் ஆகிவிட்டார். முடிதிருத்தும் தொழிலாளிகள் சதாராவில் இருக்கத்தான்

செய்தனர், அவர்களுக்குக் கொடுக்கப் பணமும் எங்களிடம் இருக்கத்தான் செய்தது. ஆனால், அந்த முடிதிருத்துபவர்கள் தீண்டத்தகாதவர்களுக்கு முடிதிருத்த சம்மதிக்கமாட்டார்கள். இவையெல்லாம் எனக்குத் தெரியும். ஆனால், நான் விவரித்த நிகழ்வு இதுவரை அனுபவிக்காத அதிர்ச்சியை எனக்கு அளித்தது. இந்த நிகழ்வுக்கு முன்பு தீண்டத்தக்கவர்களும் தீண்டத்தகாதவர்களும் இருந்து வருவது சாதாரணமான ஒரு விஷயம்தான் என்று எண்ணியிருந்த நான் தீண்டாமையைப் பற்றிச் சிந்திக்கத் தொடங்கினேன்.

~

இரண்டு

1916ல் நான் இந்தியாவுக்குத் திரும்பினேன். மேன்மை தங்கிய பரோடா அரசர் மேற்படிப்புக்காக என்னை அமெரிக்காவுக்கு அனுப்பியிருந்தார். நியூயார்க்கில் உள்ள கொலம்பியாப் பல்கலைக்கழகத்தில் நான் 1913லிருந்து 1917 வரை படித்தேன். 1917இல் லண்டன் வந்தேன். அங்கு லண்டன் பல்கலைக்கழகப் பொருளாதாரக் கல்லூரியின் முதுநிலைப் பட்டப் படிப்பில் சேர்ந்தேன். 1918இல் படிப்பை முடிக்க முடியாமல் இந்தியாவுக்குத் திரும்ப வேண்டி வந்தது. பரோடா அரசின் உதவியால் கல்வி பெற்றதால் அந்த அரசுக்குச் சேவை செய்ய வேண்டிய பொறுப்பு எனக்கு இருந்தது. எனவே நான் வந்தவுடன் நேராக பரோடாவுக்குச் சென்றேன். ஆனால், நான் பரோடாவில் பணி செய்வதை ஏன் விட்டுச் சென்றேன் என்பது இப்பொழுது நான் எடுத்துக் கொண்ட விஷயத்துக்குச் சம்பந்தமில்லாதது. எனவே நான் அந்த விஷயத்திற்குள் செல்லப் போவதில்லை. என்னை மிகவும் சிந்திக்கத் தூண்டியது பரோடாவில் எனக்கு நேர்ந்த சமூக அனுபவங்கள்தான். எனவே அவற்றை மட்டும் விளக்குவதுடன் நிறுத்திக் கொள்கிறேன்.

ஐரோப்பாவிலும், அமெரிக்காவிலும் ஐந்தாண்டுக் காலம் தங்கியிருந்தேன். நான் தீண்டத்தகாதவன் என்பதையும், இந்தியாவில் ஒரு தீண்டத்தகாதவன் எங்கு சென்றாலும் அது அவனுக்கும் மற்றவர்களுக்கும் ஒரு பிரச்சினையாகத்தான் இருக்கும் என்ற உணர்வு இந்த ஐந்தாண்டுக் காலத்தில் என் மனதிலிருந்து முற்றிலும் மறைந்திருந்தது. ஆனால், ரயில்

நிலையத்திலிருந்து வெளியே வந்தவுடன் என்னை மிகவும் வாட்டியது ஒரு கேள்விதான்: "எங்கே போவது? யார் என்னை ஏற்றுக் கொள்வார்கள்?" நான் மிகவும் அமைதியற்று இருந்தேன். அங்கே விஷிஸ் என்ற இந்து ஓட்டல்கள் இருப்பது எனக்குத் தெரியும். அவர்கள் என்னை அனுமதிக்கமாட்டார்கள். ஆள்மாறாட்டம் செய்வதே அங்கு தங்கும் இடவசதி பெற உள்ள ஒரே வழியாகத் தெரிந்தது. அதற்கு நான் தயாரில்லை. ஏனெனில் என்னைக் கண்டுபிடித்துவிட்டால் அதனால் ஏற்படும் பயங்கர விளைவுகளை நான் அறிவேன். என்னை நிச்சயம் கண்டுபிடித்து விடுவார்கள். அமெரிக்காவில் கல்வி கற்க வந்த என் நண்பர்கள் பரோடாவில் இருந்தார்கள். "நான் அவர்களிடம் சென்றால் என்னை வரவேற்பார்களா?" என்னால் உறுதியாகக் கூறமுடியாது. அவர்கள் என்னைத் தங்கள் வீட்டிற்குள் அனுமதிப்பதன் மூலம் அவர்களுக்குத் தர்மசங்கடமான நிலை ஏற்படும். ரயில் நிலையத்தின் கூரையின் கீழ் நின்று கொண்டு எங்கே போவது, என்ன செய்வது என்பதைப் பற்றி சிறிது நேரம் சிந்தித்தேன். முகாமில் ஏதாவது இடம் கிடைக்குமா என்ற கேள்வி திடீரென்று தோன்றியது. இதற்குள் எல்லாப் பயணிகளும் போய்விட்டார்கள். நான் மட்டும்தான் எஞ்சியிருந்தேன். சவாரி கிடைக்காத சில வாடகைக் குதிரை வண்டிக்காரர்கள் என்னை நோட்டமிட்டுக் கொண்டு எனக்காகக் காத்திருந்தார்கள். அவர்களில் ஒருவனை அழைத்து முகாமில் ஏதாவது ஓட்டல் இருக்கிறதா என்று கேட்டேன். அங்கே ஒரு பார்சி பயணிகள் விடுதி இருப்பதையும் அங்கு பணம் செலுத்தி தங்குவதையும் பற்றி அவன் கூறினான். அந்தப் பயணிகள் விடுதி பார்சிகளால் நிர்வகிக்கப்படுவதைக் கேட்டு என் மனம் மகிழ்ச்சி அடைந்தது. பார்சி மக்கள் ஜொராஸ்டிர மதத்தைப் பின்பற்றுபவர்கள். என்னை அவர்கள் தீண்டத்தகாதவனாக நடத்துவார்கள் என்ற பயமில்லை. ஏனெனில் அவர்கள் மதம் தீண்டாமையை ஏற்றுக்கொள்ளவில்லை. நம்பிக்கையால் மகிழ்வுற்ற இதயத்துடனும் தைரியமான மனத்துடனும் என்னுடைய சாமான்களைக் குதிரை வண்டியில் ஏற்றி முகாமில் உள்ள பார்சி பயணிகள் விடுதிக்குச் செல்லுமாறு கூறினேன்.

அந்தப் பயணிகள் விடுதி ஒரு இரு மாடிக் கட்டடம். ஒரு வயதான பார்சிக்காரர் தமது குடும்பத்துடன் கீழ்த்தளத்தில்

வசித்து வந்தார். அவர்தான் அதன் காப்பாளராக இருந்தார். அங்கு வந்து தங்கும் சுற்றுலாப் பயணிகளுக்கு உணவு அளித்து வந்தார். வண்டி வந்து சேர்ந்தவுடன் பார்சி காப்பாளர் மேல் மாடியைக் காட்டினார். வண்டிக்காரன் சாமான்களை மேலே கொண்டு வைக்க, நான் மேலே சென்றேன். அவன் பணத்தை வாங்கிக் கொண்டு சென்றுவிட்டான். தங்குவதற்கு ஓர் இடத்தைப் பிடிக்க வேண்டுமென்ற எனது பிரச்சினைக்குத் தீர்வுகண்டதில் நான் மகிழ்ச்சி அடைந்தேன். சிறிது இளைப்பாறும் எண்ணத்துடன் என் மேலாடைகளைக் களைந்தேன். இதற்கிடையில் தன் கையில் ஒரு புத்தகத்துடன் காப்பாளர் வந்தார். மேலாடைகளைக் களைந்த என் தோற்றத்தைப் பார்த்த அவர் நான் ஒரு பார்சி என்பதை அடையாளம் காட்டும் சத்ராவோ காஸ்தியோ இல்லாததைக் கண்டு கடுமையான குரலில் நீ யார் என்று கேட்டார். அந்தப் பயணிகள் விடுதி, பார்சிகளால் பார்சிகளுக்காக நடத்தப்படுவதை அறியாது, நான் ஒரு இந்து என்று கூறினேன். பதறிப்போன அவர் என்னை அங்கே தங்கக்கூடாது என்று கூறிவிட்டார். அவருடைய பதில் என்னை முற்றிலும் அதிர்ச்சிக்குள்ளாக்கிவிட்டது. உடலெல்லாம் சில்லிட்டது. எங்கே போவது என்ற கேள்வி மீண்டும் எழுந்தது. மனத்தைத் தேற்றிக் கொண்டு இந்துவாக இருந்தாலும் அவருக்கு ஆட்சேபனை இல்லையென்றால் நான் அங்கேயே தங்குகிறேன் என்று கூறினேன். எப்படி முடியும்? என்று அவர் கேட்டார். "இங்கு தங்குபவர்கள் எல்லோரையும் குறித்து இந்தப் பதிவேட்டில் பதிவு செய்யவேண்டும்." அவருடைய கஷ்டம் எனக்குப் புரிந்தது. பதிவேட்டில் குறிப்பதற்கு நான் ஒரு பார்சிப் பெயரை எடுத்துக் கொள்ள முடியும். "நான் ஆட்சேபிக்காத போது நீங்கள் ஏன் ஆட்சேபிக்கிறீர்கள்? உங்களுக்கு எந்த இழப்பும் இல்லை. நான் இங்கே தங்கினால் உங்களுக்கு ஏதாவது வருமானம் கிடைக்கும்" என்றேன் நான். இதற்குச் சாதகமாக அவர் இருப்பது போல எனக்குத் தோன்றிற்று. பல நாட்களாகச் சுற்றுலாப் பயணிகள் வரவில்லை என்பது தெரிந்தது. கொஞ்சம் வருமானம் கிடைக்கும் வாய்ப்பை நழுவவிட அவர் தயார் இல்லை என்பதும் புரிந்தது. நாள் ஒன்றுக்கு ஒன்றரை ரூபாய் தங்குவதற்கும் சாப்பாட்டிற்கும் கொடுத்து ஒரு பார்சி பெயரில் என்னைப் பதிவேட்டில் பதிவு செய்ய வேண்டுமென்ற நிபந்தனையின் பேரில் அவர்

சம்மதித்தார். அவர் கீழே இறங்கிச் சென்றவுடன் நான் நிம்மதிப் பெருமூச்சுவிட்டேன். பிரச்சினை தீர்ந்ததால் மகிழ்ச்சி அடைந்தேன். ஆனால், என்ன பரிதாபம்! இந்த மகிழ்ச்சி இவ்வளவு அற்பாயுசானது என்று எனக்கு அப்போது தெரியாது. ஆனால், இந்தப் பயணிகள் விடுதியில் நான் தங்கியதின் சோகமுடிவை விளக்குவதற்கு முன்பு நான் அங்கே தங்கியிருந்த சிறிது காலத்தில் எப்படி எனது நேரத்தைக் கழித்தேன் என்பதை விளக்க வேண்டும். பயணிகள் விடுதியின் முதலாவது மாடியில் ஒரு சிறு படுக்கை அறையும் அதை ஒட்டி தண்ணீர் குழாயுடன் கூடிய சிறிய குளியல் அறையும் இருந்தன. எஞ்சியது ஒரு பெரிய கூடம்தான். நான் தங்கியிருந்தபோது அந்தப் பெரிய கூடத்தில் எல்லாவிதமான குப்பை கூளங்களும், மரப்பலகைகளும், பெஞ்சுகளும் உடைந்த நாற்காலிகளும் இருந்தன. இந்தச் சூழ்நிலைகளின் மத்தியில் தனியாளாக அங்கு தங்கியிருந்தேன். காலையில் ஒரு கோப்பை தேநீருடன் காப்பாளர் மேலே வருவார். மீண்டும் 9.30 மணிக்கு எனக்குக் காலைச் சிற்றுண்டி அல்லது காலைச் சாப்பாடு கொண்டு வருவார். மூன்றாவது தடவை இரவு 8.30 மணிக்கு இரவு சாப்பாடு கொண்டு வருவார், தவிர்க்க முடியாத சமயங்களில் மட்டுமே அவர் மேலே வருவார், இந்த நேரங்களில் அவர் என்னுடன் பேசுவதற்காக தங்கியது கிடையாது. எப்படியோ நாட்களைக் கழித்து வந்தேன்.

பரோடா மன்னரால் மாநிலத் தலைமைக் கணக்காய்வாளர் அலுவலகத்தில் எனக்குப் பயிற்சியாளராக வேலை கொடுக்கப்பட்டது. சுமார் 10 மணியளவில் நான் பயணிகள் விடுதியை விட்டு அலுவலகம் செல்வதும் நண்பர்களுடன் எவ்வளவு நேரம் வெளியே கழிக்க முடியுமோ அவ்வளவு நேரம் கழித்துவிட்டு நேரம் கழித்து இரவு 8 மணிக்குத் திரும்புவதும் வழக்கம். பயணிகள் விடுதியில் இரவு தங்க வேண்டியதை நினைத்தாலே பயமாக இருந்தது. ஆனால், தங்குவதற்கு வேறு இடமில்லையாதலால் நான் அந்த பயணிகள் விடுதிக்கு வந்து கொண்டிருந்தேன். பயணிகள் விடுதியின் முதல் மாடியிலுள்ள பெரிய கூடத்தில் பேசுவதற்கு எந்த ஒரு சகமனிதரும் கிடையாது. நான் தனியாக இருந்தேன். கூடம் முழுவதும் இருள் மூடிக்கிடக்கும். இருளைப் போக்க மின்சார விளக்குகளோ, ஏன் எண்ணெய் விளக்குகளோ கூடக்

கிடையாது. ஒரு சிறு அரிக்கன் விளக்கைக் காப்பாளர் எனது உபயோகத்திற்காக கொண்டு வருவது வழக்கம். அதன் வெளிச்சம் சில அங்குலங்களுக்கு மேல் பரவாது. இருட்டுக் கொட்டடியில் இருப்பதை உணர்ந்த நான் பேசுவதற்கு யாராவது கிடைக்க மாட்டார்களா என்று ஏங்கினேன். மனித உறவுகள் இல்லாத நிலையில் எனக்குத் துணையெல்லாம் புத்தகங்கள்தான். படித்துக் கொண்டே இருந்தேன். புத்தகத்தில் மூழ்கி எனது தனிமை நிலையை மறந்தேன். கூடத்தைத் தம்முடைய இல்லமாகக் கருதிய வௌவால்களின் கூச்சலும், அங்கும் இங்கும் அவை பறந்து செல்வதும் எனது மனத்தைத் திசை திருப்பி என்னைக் குலை நடுங்க வைத்ததுடன் எதை மறக்க வேண்டுமென்று நினைத்தேனோ அதனை, அதாவது ஒரு விசித்திர இடத்தில் ஒரு விசித்திரச் சூழ்நிலையில் இருக்கிறேன் என்பதை நினைவூட்டியது. பல நேரங்களில் என்னுள் கோபம் கொந்தளிக்கும். ஆனால், என் துயரையும் கோபத்தையும், கட்டுப்படுத்திக் கொண்டேன். அது இருட்டுக் கொட்டிலானாலும் அது ஒரு புகலிடம். ஒன்றுமில்லாதிருப்பதற்கு ஒரு புகலிடம் இருப்பது நல்லதுதானே. நான் பம்பாயில் விட்டுவந்த பொருள்களைக் கொண்டு வந்த என் மூத்த சகோதரியின் மகன் என்னுடைய நிலையைப் பார்த்தவுடன் அழ ஆரம்பித்தான். அவனை உடனே திரும்ப அனுப்ப வேண்டும் என்ற அளவுக்கு அவன் அவ்வளவு உரத்த குரலில் அழ ஆரம்பித்தான். இந்த நிலையில் அந்தப் பார்சி பயணிகள் விடுதியில் ஆள்மாறாட்டத்தில் தங்கி வந்தேன். எப்படியும் என்னை ஒருநாள் கண்டுபிடித்து விடுவார்கள்; எனவே இந்த ஆள்மாறாட்டத்தை அதிக நாள் தொடர முடியாது என்பது எனக்குத் தெரியும். தங்குவதற்காக அரசு பங்களா ஒன்றை பெறுவதற்கு முயன்றேன். ஆனால், முதன் மந்திரி என்னுடைய வேண்டுகோளை அவ்வளவு அவசரமாகக் கருதவில்லை. எனது விண்ணப்பம் ஓர் அதிகாரியிடமிருந்து இன்னோர் அதிகாரிக்கு என்று பயணம் செய்து கொண்டிருந்தது. இறுதிப் பதில் வருவதற்குள் எனக்குத் தீர்ப்பு அளிக்கும் நாள் வந்து விட்டது!

அன்று, பயணிகள் விடுதியில் தங்க ஆரம்பித்த 11ஆவது நாள். நான் காலை உணவை முடித்துக் கொண்டு ஆடைகள் அணிந்து என்னுடைய அறையைவிட்டு

அலுவலகத்துக்குப் புறப்பட்டேன். நூலகத்தில் எடுத்திருந்த சில புத்தகங்களைத் திருப்பிக் கொடுப்பதற்காக அவற்றை எடுத்துக் கொண்டிருந்தபோது பலர் மேலே வருவது போன்ற காலடியோசை கேட்டது. அவர்கள் இங்கே தங்க வந்துள்ள சுற்றுலாப் பயணிகள் என்று எண்ணி அவர்கள் யார் என்று காணச் சென்றேன். உயரமான, கோபக்கனல் தெரிக்கும் பலசாலியான ஒரு டஜன் பார்சிகள் கையில் ஆளுக்கு ஒரு கம்புடன் எனது அறையை நோக்கி வந்து கொண்டிருந்தார்கள். அவர்கள் சுற்றுலாப் பயணிகள் இல்லை என்பதை உடனேயே நிரூபித்துக் காட்டினார்கள். என் அறைக்கு முன், வரிசையாக நின்று கொண்டு கேள்விக் கணைகளைத் தொடுத்தார்கள். "நீ யார்? நீ ஏன் இங்கே வந்தாய்? நீ எப்படி பார்சிப் பெயரை வைத்துக் கொண்டாய்? அயோக்கியனே! நீ நீ பார்சி பயணிகள் விடுதியை அசுத்தப்படுத்தி விட்டாய். நான் மௌனமாக நின்று கொண்டிருந்தேன். என்னால் எந்தப் பதிலும் அளிக்க முடியவில்லை. நான் ஆள் மாறாட்டத்தைத் தொடர முடியாது. உண்மையிலேயே அது மோசடிதான். அந்த மோசடி கண்டுபிடிக்கப்பட்டுவிட்டது. நான் ஆடிக் கொண்டிருந்த இந்த விளையாட்டை விடாப்பிடியாகத் தொடர்ந்தால் நிச்சயமாக அந்த கோபக்கார வெறிபிடித்த பார்சிக்கும்பல் என்னை அடித்து ஒருவேளை கொன்றே இருக்கும். என்னுடைய மௌனமும் பணிவும் இந்த அழிவிலிருந்து என்னைக் காப்பாற்றின. நீ எப்பொழுது காலி பண்ண நினைத்திருக்கிறாய் என்று அவர்களில் ஒருவன் கேட்டான். அந்த நேரத்தில் எனது தங்குமிடத்தை எனது வாழ்க்கையை விட விலை மதிக்கத்தக்கதாகக் கருதினேன். அந்தக் கேள்வியில் பயங்கரமான அச்சுறுத்தல் மறைந்திருந்தது. என் மௌனத்தைக் கலைத்துக் கொண்டு இன்னும் ஒரு வாரமாவது அங்கு தங்க அனுமதிக்குமாறு கெஞ்சிக் கேட்டுக்கொண்டேன். நான் பங்களாவுக்காக அமைச்சரிடம் கொடுத்த விண்ணப்பம் இச்சமயத்தில் எனக்குக் கைகொடுக்கும் என்று எண்ணினேன். ஆனால், அந்தப் பார்சிகள் எதையும் கேட்கும் மனநிலையில் இல்லை. அவர்கள் ஓர் இறுதி எச்சரிக்கை கொடுத்தனர். அன்று மாலை அவர்கள் என்னை அந்தப் பயணிகள் விடுதியில் காண விரும்பவில்லை. நான் மூட்டை கட்டவேண்டியதுதான். இல்லையென்றால் பயங்கர விளைவுகளைச் சந்திக்க வேண்டியிருக்கும் என

எச்சரித்துவிட்டு அவர்கள் சென்றுவிட்டனர். நான் குழம்பிப் போனேன். என்னுள் இதயம் பனிக்கட்டியாக உறைந்துவிட்டது. எல்லோரையும் சபித்தபடி வாய்விட்டு அழுதேன். என்னுடைய விலை மதிக்க முடியாத உறைவிடம் என்னிடமிருந்து பறிக்கப்பட்டுவிட்டது. அது ஒரு சிறைச்சாலை அறையை விடச் சிறப்பாக இருக்கவில்லைதான். ஆனால், எனக்கு அது விலைமதிக்க முடியாதது.

பார்சிகள் சென்ற பிறகு, இதற்கு ஒரு வழி காணச் சிறிது நேரம் அமர்ந்து சிந்திக்க ஆரம்பித்தேன். விரைவில் எனக்கு அரசு பங்களா கிடைத்து என் இன்னல்களுக்கு ஒரு முடிவு வரும் என்ற நம்பிக்கை எனக்கு இருந்தது. எனவே என் பிரச்சினை ஒரு தற்காலிகப் பிரச்சினையே. ஆதலால் நண்பர்களிடம் செல்வதே இதற்கு நல்ல முடிவு என்று எண்ணினேன். பரோடா ராஜ்யத்தின் தீண்டத்தகாதவர்களிடையே எனக்கு நண்பர்கள் கிடையாது. ஆனால், மற்ற வகுப்பினரிடையே எனக்கு நண்பர்கள் இருந்தனர். ஒருவர் இந்து, மற்றவர் இந்தியக் கிறிஸ்தவர். முதலில் நான் இந்து நண்பரிடம் சென்று, எனக்கு ஏற்பட்ட நிலையை எடுத்துக் கூறினேன். அவர் பெருந்தன்மையானவர்; என் மிக நெருங்கிய நண்பர். அவர் வருத்தமடைந்ததுடன் வெறுப்பும் அடைந்தார். எனினும் அவர் குண்டைத் தூக்கி போட்டார்: “என் வீட்டிற்கு நீங்கள் வந்தால் எனது வேலையாட்கள் போய்விடுவார்கள்” என்றார் அவர். இந்தக் குறிப்பைப் புரிந்து கொண்ட நான் அங்கு தங்குவதைப் பற்றி வற்புறுத்தவில்லை. எனது இந்தியக் கிறிஸ்தவ நண்பரிடம் செல்ல நான் விரும்பவில்லை. ஒரு தடவை அவர் என்னைத் தங்குவதற்கு அழைத்திருந்தார். நான் அதை மறுத்து பார்சிப் பயணிகள் விடுதியிலே தங்க விரும்பினேன். அவருடைய பழக்க வழக்கங்கள் எனக்கு இணக்கமற்றவையாக இருந்ததுதான் காரணம். இப்பொழுது திரும்ப அவரிடம் செல்வது ஏமாற்றத்தையே கொடுக்கும். எனவே நான் அலுவலகம் சென்றேன். ஆனால், தங்குவதற்கு இடம் கிடைக்க இந்த வாய்ப்பை இழக்க நான் தயாரில்லை. ஒரு நண்பரிடம் கலந்தாலோசித்து விட்டு என் கிறிஸ்தவ நண்பரைச் சந்திக்கச் சென்றேன். அவரால் எனக்கு தங்க இடம் கொடுக்க முடியுமா என்று கேட்டேன். அவருடைய

மனைவி மறுநாள் பரோடாவுக்கு வருவதாகவும், அவளைக் கலந்தாலோசித்துத்தான் சொல்ல முடியும் என்றும் அவர் பதில் அளித்தார். தட்டிக்கழிப்பதற்காக அவர் தெரிவித்த சாமர்த்தியமான பதில் இது என்று பிறகு தெரிந்து கொண்டேன். அவரும் அவரது மனைவியும் பிராமண குடும்பத்தில் இருந்து வந்திருந்தாலும், கிறிஸ்தவ மதத்துக்கு மாறிய பிறகு கணவர் சுதந்திரச் சிந்தனையுடையவராக இருந்தார். ஆனால், மனைவி பழைமைவாதியாகவே இருந்ததால் ஒரு தீண்டத்தகாதவரைத் தங்கள் வீட்டிற்குள்ளே அனுமதிக்க சம்மதிக்க மாட்டார். இவ்விதமாகக் கடைசி நம்பிக்கை ஒளியும் அணைந்துவிட்டது. இந்தியக் கிறிஸ்தவர் வீட்டிலிருந்து நான் வெளியேறிய போது மாலை நான்கு மணி. எங்கே செல்வது என்பதே என் முன்னே இருந்த கேள்வி. நான் பயணிகள் விடுதியைக் காலி செய்ய வேண்டும். இனி உதவி நாடிச் செல்வதற்கு நண்பர்கள் யாரும் இல்லை. வேறு ஒரே ஒரு வழி பம்பாய் செல்வதுதான்.

பம்பாய் செல்லும் ரயில் இரவு 9 மணிக்குப் புறப்படுகிறது. இன்னும் ஐந்து மணி நேரத்தை ஓட்ட வேண்டும். எங்கே நேரத்தைக் கழிப்பது? நான் பயணிகள் விடுதிக்குப் போவதா? என் நண்பரிடம் போவதா? திரும்பவும் பயணிகள் விடுதிக்குச் செல்ல போதிய தைரியம் எனக்கு இல்லை. பார்சிகள் வந்து என்னைத் தாக்குவார்கள் என்று பயந்தேன். நண்பரிடம் செல்லவும் நான் விரும்பவில்லை. என்னுடைய நிலைமை பரிதாபப்படும்படி இருந்தாலும் யாரும் என்னைக் கண்டு பரிதாபப்படுவதை நான் விரும்பவில்லை. அந்த நகரத்தின் மற்றும் முகாமின் எல்லையில் இருந்த கமாதி பாக் பொதுப் பூங்காவில் ஐந்து மணி நேரத்தையும் கழிக்கத் தீர்மானித்தேன். மனத்தின் ஒரு பகுதி எவ்வித சிந்தனையுமற்று இருந்தது, மற்ற பகுதி எனக்கு நடந்ததைப் பற்றிய துயரச் சிந்தனையுடனும், கதியற்ற நிலையில், குழந்தைகள் பெற்றோர்களைப் பற்றி எண்ணுவது போல என் மனமும் என் தாய் தந்தையர்களைப் பற்றிய எண்ணத்தால் நிரம்பியிருந்தது. 8 மணிக்கு பூங்காவை விட்டு வெளியே வந்து ஒரு வண்டியைப் பிடித்துக் கொண்டு பயணிகள் விடுதிக்குச் சென்றேன். எனது பொருள்களைக் கீழே கொண்டு வந்தேன். கண்காணிப்பாளர் வெளியே வந்தார். எனினும் அவரோ, நானோ ஒருவருக்கொருவர்

ஒரு வார்த்தைகூடப் பேசிக் கொள்ளவில்லை. இந்தப் பிரச்சினை உருவானதற்குத் தானே ஒரு வகையில் பொறுப்பு என்பதை அவர் உணர்ந்திருந்தார். விடுதிக்குச் செலுத்த வேண்டிய பணத்தைத் தந்தேன். அவர் அதை மௌனமாகப் பெற்றுக் கொண்டார். நானும் மௌனமாக அவரிடமிருந்து விடைபெற்றுக் கொண்டேன். நிறைய நம்பிக்கைகளுடன் நான் பரோடாவுக்கு வந்தேன். எனக்கு வந்த பல வாய்ப்புகளை விட்டுவிட்டு வந்தேன். அது யுத்த காலம். இந்தியக் கல்வித் துறையில் பல இடங்கள் காலியாக இருந்தன. லண்டனில் பல செல்வாக்குள்ளவர்களை நான் நன்கு அறிவேன். நான் அவர்கள் யாரிடமும் செல்லவில்லை. என்னுடைய கல்விக்கு உதவிய பரோடா மன்னருக்கு என் சேவையை அளிப்பதே என் கடமை என்று நான் எண்ணினேன். பதினோரு நாட்கள் இருந்த பிறகு நான் பரோடாவை விட்டு பம்பாய் செல்ல வேண்டிய நிலைக்குத் தள்ளப்பட்டேன்.

ஒரு டஜன் பார்சிகள் அச்சுறுத்தும் விதத்தில் கையில் கம்புடன் என் முன்னே வரிசையாக நிற்க, மன்னிப்புக் கேட்டு பீதி நிறைந்த பார்வையுடன் அவர்கள் முன் நான் நின்ற காட்சி 18 ஆண்டுகள் கடந்த பின்பும் சிறிதும் மங்கவில்லை. அதைத் தெளிவாக என் மனக்கண் முன் கொண்டு வரமுடியும். ஆனால், கண்ணில் கண்ணீர் இல்லாமல் மட்டும் அதை நினைவுகூர முடியாது. இந்துவுக்கு ஒருவன் தீண்டத்தகாதவன் என்றால் அவன் பார்சிக்காரர்களுக்கும் தீண்டத்தகாதவன்தான் என்பதை அப்பொழுது தான் முதன் முதலாகத் தெரிந்து கொண்டேன்.

~

மூன்று

1929ஆம் ஆண்டு தீண்டத்தகாதவர்களின் குறைகளைக் குறித்து விசாரிக்க பம்பாய் அரசு ஒரு குழுவை நியமித்தது. நானும் அந்தக் குழுவில் உறுப்பினராக நியமிக்கப்பட்டேன். அநீதி, கொடுமை, கொடூரம் போன்ற குற்றச்சாட்டுகளை விசாரிக்க அந்தக் குழு மாகாணம் முழுவதும் செல்ல வேண்டியிருந்தது. குழு பல சிறு குழுக்களாகப் பிரிக்கப்பட்டிருந்தது. கந்தேஷின் இரு மாவட்டங்கள் எனக்கும் இன்னொரு உறுப்பினருக்கும் ஒதுக்கப்பட்டிருந்தன. வேலை முடிந்த பிறகு நானும் என்னுடன் பணிபுரியும் நண்பரும் பிரிந்து சென்றோம். அவர் ஓர் இந்து சாமியாரைப் பார்க்கச் சென்றார். நான் பம்பாய்க்கு ரயில் ஏறினேன். சாலிஸ்காவோனில் இறங்கினேன். தூலியா ரயில் மார்க்கத்தில் இருந்த ஒரு கிராமத்தில் சமூகப் பகிஷ்காரத்தைப் பற்றி விசாரிக்க வேண்டியிருந்தது. சாதி இந்துக்கள் தீண்டத்தகாதவர்களுக்கு எதிராக சமூகப் பகிஷ்கார நடவடிக்கை எடுத்திருந்ததை விசாரிக்கச் சென்றேன். சாலிஸ்காவோனைச் சேர்ந்த தீண்டத்தகாதவர்கள் ரயில் நிலையத்துக்கு வந்து அவர்களுடன் ஓர் இரவு தங்கும்படி கேட்டுக் கொண்டார்கள். சமூகப் பகிஷ்காரப் பிரச்சினையைக் குறித்து விசாரித்து விட்டு நேராக பம்பாய் செல்வதே என் ஆரம்பத் திட்டம். அவர்கள் மிகவும் ஆர்வம் காட்டியதால், அந்த இரவை அவர்களுடன் கழிக்கச் சம்மதித்தேன். தூலியா செல்லும் ரயிலில் ஏறி அந்த கிராமத்துக்குச்

சென்று அங்குள்ள நிலைமைகளைத் தெரிந்து கொண்டு அடுத்த ரயிலில் சாலிஸ்காவோனுக்கு வந்தேன்.

ரயில் நிலையத்தில் சாலிஸ்காவோன் தீண்டத்தகாதவர்கள் எனக்காகக் காத்திருப்பதைக் கண்டேன். எனக்கு மாலை அணிவிக்கப்பட்டது. தீண்டத்தகாதவர்கள் குடியிருக்கும் பகுதியான மகர்வாடா ரயில் நிலையத்திலிருந்து சுமார் இரண்டு மைல் தூரத்தில் இருந்தது. அதை அடைவதற்கு ஒரு சிறு வாய்க்கால் பாலம் வழியாக ஆற்றைக் கடந்து செல்ல வேண்டும். ரயில் நிலையத்தில் வாடகைக்குப் பல குதிரை வண்டிகள் இருந்தன. ரயில் நிலையத்திலிருந்து மகர்வாடாவும் நடக்கும் தூரத்தில்தான் இருந்தது. மகர்வாடாவுக்கு உடனே அழைத்துச் செல்வார்கள் என நான் எதிர்பார்த்தேன். அந்தத் திசை நோக்கி எந்தச் சலனமும் காணப்படவில்லை. என்னை ஏன் காத்திருக்க வைத்திருக்கிறார்கள் என்பதும் எனக்குப் புரியவில்லை. ஒரு மணி நேரம் கழிந்த பிறகு ஒரு டோங்கா (ஒற்றைக் குதிரைவண்டி) பிளாட்பாரத்துக்கு அருகே கொண்டு வரப்பட்டு அதில் நான் ஏறிக்கொண்டேன். அந்த டோங்காவில் இருந்தது நானும் அந்த வண்டி ஓட்டியும்தான். மற்றவர்கள் குறுக்கு வழியில் நடந்து சென்றார்கள். டோங்கா 200 அடிகூட சென்றிருக்காது, அது ஒரு மோட்டார் காருடன் நேருக்கு நேர் மோதியிருக்கும். தினந்தோறும் வாடகைக்கு வண்டி ஓட்டும் அந்த ஆள் இவ்வளவு தூரம் அனுபவமில்லாதவராக இருப்பது எனக்கு மிகுந்த ஆச்சரியத்தை அளித்தது. காவலரின் உரத்த குரலினால் கார் ஓட்டுநர் காரைப் பின்னுக்கு செலுத்தியதால் தான் விபத்து தவிர்க்கப்பட்டது.

எப்படியோ ஆற்றைக் கடக்க வேண்டிய வாய்க்கால் பாலத்துக்கு வந்துவிட்டோம். எந்த ஒரு பாலத்திலும் உள்ளது போல் இந்த வாய்க்கால் பாலத்தில் பக்கச் சுவர்கள் கிடையாது. ஐந்து அல்லது பத்தடி இடைவெளியில் கல்வரிசைதான் இருந்தது. பாலம் கல்பாவப்பட்டிருந்தது. நாங்கள் சென்று கொண்டிருந்த சாலையின் நேர் கோணத்தில் ஆற்றின் வாய்க்கால் பாலம் இருந்தது. சாலையிலிருந்து செல்லும் போது செங்குத்தாகத் திரும்ப வேண்டிய அவசியம் இருந்தது. ஆரம்பத்திலிருந்த முதல் பக்கவாட்டுக் கல்லின் அருகிலேயே குதிரை நேராகச் செல்லாமல் அதன்மீது மோதியது.

டோங்காவின் சக்கரம் பக்கக் கல்லுடன் பலமாக மோதியதில் நான் தூக்கி எறியப்பட்டு வாய்க்கால் பாலத்தின் கல் பரப்பிய தளத்தில் விழுந்தேன். அந்தக் குதிரையும் வண்டியும் வாய்க்கால் பாலத்திலிருந்து ஆற்றில் விழுந்தன. நான் விழுந்ததில் எனக்கு மயக்கம் ஏற்பட்டுவிட்டது. ஆற்றின் மறுகரையில் மகர்வாடா குடியிருப்பு இருந்தது. என்னைப் பார்ப்பதற்கு ரயில் நிலையம் வந்திருந்தவர்கள் எங்களுக்கு முன்பே அங்கு சென்றடைந்திருந்தார்கள். ஆண்கள் பெண்கள் குழந்தைகளின் அழுகுரல்களுக்கும் பரிதாபப் புலம்பல்களுக்கும் இடையே என்னை மகர்வாடாவுக்குத் தூக்கிச் சென்றார்கள். எனக்குப் பல காயங்கள் ஏற்பட்டிருந்தன. காலில் எலும்பு முறிந்ததால் பல நாட்களுக்கு நான் நடக்க முடியாமல் இருந்தேன். இது எப்படி ஏற்பட்டது என்பதை என்னால் புரிந்து கொள்ள முடியவில்லை. டோங்காக்கள் தினந்தோறும் வந்து கொண்டும் போய்க்கொண்டுந்தான் இருக்கின்றன. ஒரு தடவை கூட டோங்கா ஓட்டிகள் அந்த வாய்க்கால் பாலத்தில் பத்திரமாக செல்லத் தவறியதில்லை.

விசாரித்ததில் எனக்கு உண்மையான தகவல்கள் தெரிந்தன. ரயில் நிலையத்தில் ஏற்பட்ட தாமதத்திற்குக் காரணம் டோங்கா வாலாக்கள் யாரும் தீண்டத்தகாதவரை வண்டியில் ஏற்றிச் செல்லத் தயாரில்லை. அது அவர்களுடைய தன்மானத்திற்கு இழுக்கு. நான் அவர்களுடைய குடியிருப்புகளுக்கு நடந்து செல்வது மஹர்களுக்கு விருப்பமில்லை. என் மீது அவர்கள் வைத்திருந்த மதிப்புக்கு இது சரிப்படாது, ஓர் இணக்கமான முடிவு ஏற்பட்டது. அந்த முடிவு இதுதான். டோங்காச் சொந்தக்காரர் வண்டியை வாடகைக்குக் கொடுப்பார். ஆனால், வண்டியை அவர் ஓட்டமாட்டார். மஹர்கள் டோங்காவைப் பெற்றுக் கொண்டு அதை ஓட்டுவதற்கு ஒருவனை ஏற்பாடு செய்ய வேண்டும். இது ஒரு நல்ல தீர்வு என்று மஹர்கள் நினைத்தனர். பயணியின் கௌரவப் பிரச்சினையைவிட பாதுகாப்பான பயணமே மிகவும் முக்கியமானது என்பதை அவர்கள் மறந்து விட்டதாகத் தெரிகிறது. அவர்கள் இதைப் பற்றி சிந்தித்திருந்தால் என்னைப் பத்திரமாகக் கொண்டு செல்லும் ஒரு வண்டிக்காரரர் கிடைப்பாரா என்பதைப் பற்றிச் சிந்தித்திருப்பார்கள். அவர்களில் யாருக்கும் வண்டி

ஓட்டத் தெரியாது. ஏனெனில் அது அவர்கள் தொழிலல்ல. எனவே அவர்கள் தங்களில் ஒருவனை வண்டி ஓட்டக் கேட்டிருக்கிறார்கள். அந்த நபர் லகானைக் கையில் எடுத்துக் கொண்டு அது ஒரு பெரிய விஷயமில்லை என்று நினைத்திருக்கிறான். ஆனால், தன்னுடைய பொறுப்பை உணர்ந்த அவன் பயத்தினால் அதைக் கட்டுப்படுத்தும் முயற்சிகளை விட்டுவிட்டான். என்னுடைய கௌரவத்தைக் காப்பாற்ற நினைத்த சாலிஸ்காவோன் மஹர்கள் என் உயிருக்கே ஆபத்தைக் கொண்டுவந்தார்கள். அப்பொழுதுதான் எனக்குப் புரிந்தது ஓர் இந்து டோங்காவாலா, ஒரு கடைநிலை வேலைக்காரனைப் போன்ற நிலையிலிருந்தாலும், தான் மற்ற எல்லா தீண்டத்தகாதவர்களையும் விட ஏன் பாரிஸ்டரையும்விடக்கூட உயர்ந்தவன் என்ற எண்ணம் கொண்டவன் என்பதைத் தெரிந்து கொண்டேன்.

~

நான்கு

1934ஆம் ஆண்டு. தாழ்த்தப்பட்ட வகுப்பினர் இயக்கத்தில் என்னுடன் பணி செய்தவர்கள் ஒரு சுற்றுலாவுக்கும் செல்ல வேண்டும் என்று விருப்பம் தெரிவித்தனர். நானும் அதில் கலந்துகொள்ள வேண்டும் என்று வற்புறுத்தினர். இதற்கு நானும் சம்மதம் தெரிவித்தேன். வேலிலுள்ள புத்த சமயக் குகைகளுக்கும் செல்ல வேண்டும் என்பது திட்டத்தில் இருக்க வேண்டுமென்று தீர்மானிக்கப்பட்டது. நான் நாசிக் செல்ல வேண்டுமென்றும், குழு என்னை நாசிக்கில் சந்திப்பது என்றும் முடிவு செய்யப்பட்டது. வேருலுக்குச் செல்ல வேண்டுமென்றால் அவுரங்காபாத்துக்குச் செல்ல வேண்டும். அவுரங்காபாத் முகமதிய சமஸ்தானமான ஹைதராபாத்தில் உள்ள ஒரு நகரம். மாட்சிமை தங்கிய நிஜாமின் ராஜ்யத்தில் அது சேர்க்கப்பட்டிருந்தது. அவுரங்காபாத்துக்குச் செல்லும் வழியில் முதலில் நாங்கள் தவுலாதாபாத் என்ற நகரையும் கடந்து செல்ல வேண்டும். அந்நகரமும் ஹைதராபாத் சமஸ்தானத்தில் இருந்தது. ஒரு காலத்தில் ராம்தேவ் ராய் என்ற மிகப் பிரபல இந்து அரசனின் தலைநகராக இருந்த தவுலதாபாத் ஒரு வரலாற்று முக்கியத்துவம் வாய்ந்த இடம். தவுலாதாபாத் கோட்டை ஒரு பழங்காலத்திய வரலாற்றுச் சிறப்புப் பெற்ற நினைவுச் சின்னம். அந்தப் பக்கம் செல்லும் எந்தச் சுற்றுலாப் பயணியும் அதைக் காணாமல் செல்ல மாட்டார். எனவே எங்கள் குழுவும் தனது பயணத் திட்டத்தில் தவுலாதாபாத் கோட்டையை சேர்த்துக் கொண்டிருந்தது.

நாங்கள் சில பேருந்துகளையும் சுற்றுலாக் கார்களையும் வாடகைக்கு எடுத்திருந்தோம். எங்கள் எண்ணிக்கை 30ஆக இருந்தது. இயோலா நாசிக்கிலிருந்து அவுரங்காபாத்துக்குச் செல்லும் வழியிலிருந்ததால் இயோலாவுக்குப் புறப்பட்டோம். எங்கள் பயணத் திட்டத்தை வேண்டுமென்றே நாங்கள் வெளிப்படையாக அறிவிக்கவில்லை. ஒரு தீண்டத்தகாதச் சுற்றுலாப் பயணி நாட்டின் தொலைதூரப் பகுதிகளில் எதிர்கொள்ள வேண்டியிருக்கும் கஷ்டங்களைத் தவிர்ப்பதற்காகவே நாங்கள் பிறர் அறிந்து கொள்ளா வண்ணம் பயணம் செய்யத் திட்டமிட்டோம். எங்கே தங்க வேண்டுமென்று நாங்கள் தீர்மானித்திருந்தோமோ அந்த இடங்களிலுள்ள எங்கள் மக்களுக்கு மட்டும் தகவல் கொடுத்திருந்தோம். ஆகையால் போகும் வழியில் நிஜாம் சமஸ்தானத்தில் பல கிராமங்களைக் கடந்து சென்றாலும் எங்களைச் சந்திக்க எங்கள் மக்கள் யாரும் வரவில்லை. எதிர்பார்த்தபடியே தவுலாதாபாத்தில் நிலைமை வேறுவிதமாக இருந்தது. அங்கு நாங்கள் வருவதைப் பற்றி எங்கள் மக்களுக்கு அறிவித்திருந்தோம். நகர வாயிலில் குழுமியிருந்த அவர்கள் எங்களுக்காகக் காத்திருந்தனர், அவர்கள் எங்களைக் கீழே இறங்கச் சொல்லிவிட்டு முதலில் தேநீர் மற்றும் சிற்றுண்டி சாப்பிட்டுவிட்டுக் கோட்டையைக் காணச் செல்லலாமெனக் கூறினார்கள். அவர்கள் யோசனையை நாங்கள் ஏற்றுக் கொள்ளவில்லை. நாங்கள் தேநீர் அருந்த மிகவும் விரும்பினாலும், இருட்டுக்கு முன்பு கோட்டையைப் பார்ப்பதற்கு போதிய நேரம் வேண்டுமென்று விரும்பினோம். எனவே திரும்பும் வழியில் தேநீர் அருந்துகிறோம் என எங்கள் மக்களிடம் கூறிவிட்டு நாங்கள் கோட்டைக்குப் புறப்படும்படி ஓட்டுநர்களிடம் சொன்னோம். சில நிமிடங்களில் நாங்கள் கோட்டை வாயிலை அடைந்தோம்.

முகமதியர்கள் நோன்பு இருக்கும் ரம்ஜான் மாதம் அது. கோட்டை வாயிலுக்கு வெளியே ஒரு சிறிய குளம் தண்ணீர் நிரம்பி வழிந்து கொண்டிருந்தது. சுற்றிலும் கற்கள் பாவப்பட்ட அகலமான நடைபாதையிருந்தது. பிரயாணத்தின் போது எங்கள் முகங்கள், உடல்கள், ஆடைகள் எல்லாம் ஒரே புழுதிமயமாகிவிட்டன. நாங்கள் எல்லோரும் உடலைக் கழுவிக் கொள்ள விரும்பினோம். அதிகம் சிந்தனை செய்யாமல்,

எங்கள் குழுவைச் சேர்ந்த சிலர் முகத்தையும் கால்களையும் குளத்துத் தண்ணீரில் கழுவினார்கள். இப்படிச் சுத்திகரித்த பிறகு நாங்கள் கோட்டை வாயிலுக்குச் சென்றோம். ஆயுதம் தாங்கிய சிப்பாய்கள் உள்ளே இருந்தனர். பெரிய வாசல் கதவுகளைத் திறந்துவிட்டு வில் போன்று வளைந்திருந்த நுழைவாயிலுக்குள் எங்களை அனுமதித்தார்கள். கோட்டைக்குள் செல்ல எப்படி அனுமதி பெறவேண்டும் என்பதைப் பற்றி காவலாளியிடம் கேட்க அப்பொழுதுதான் ஆரம்பித்தோம். இதற்கிடையில் பின்னாலிருந்து வந்து கொண்டிருந்த ஒரு வயதான வெள்ளைத் தாடியுடன் கூடிய முகமதியர் கூச்சலிட்டு கொண்டிருந்தார். தெத்கள் (தீண்டத்தகாதவர்கள் என்ற பொருளில்) குளத்தை அசுத்தம் செய்துவிட்டார்கள் என்று கூப்பாடு போட்டார். உடனே அருகிலிருந்த எல்லா இளம் மற்றும் வயதான முகமதியர்களும் அவருடன் சேர்ந்து கொண்டு எங்களை வசை பாட ஆரம்பித்தனர். தெத்களுக்குக் கர்வம் பிடித்துவிட்டது. தெத்கள் தங்களுடைய மதத்தை மறந்துவிட்டனர் (அதாவது தாழ்ந்தும் இழிந்த நிலையில் இருப்பது). தெத்களுக்கு ஒரு பாடம் புகட்ட வேண்டும். மிகவும் அச்சுறுத்தும் நிலையில் அவர்கள் காணப்பட்டனர். அவர்கள் தாக்கும் மனநிலையுடன் இருந்தனர். நாங்கள் வெளியூர்க்காரர்கள் என்றும், எங்களுக்கு உள்ளூர் பழக்கவழக்கங்கள் தெரியாது என்றும் சொன்னோம். அவர்கள் தங்கள் கோபக்கனலை உள்ளூர் தீண்டத்தகாதவர்கள் மீது வீசினார்கள். இந்தக் குளத்தைத் தீண்டத்தகாதவர்கள் உபயோகிக்கக் கூடாது என்பதை நீங்கள் ஏன் வெளியூர்காரர்களுக்குச் சொல்லவில்லை? இந்தக் கேள்வியை அவர்கள் திரும்பத் திரும்பக் கேட்டனர். பாவம் அவர்கள்! நாங்கள் குளத்தில் இறங்கியபோது அவர்கள் அங்கு இல்லை. உண்மையில் அது எங்கள் தவறுதான். நாங்கள் விசாரிக்காமல் இறங்கிவிட்டோம். தங்களுடைய தவறில்லை என்று அவர்கள் ஆட்சேபித்தார்கள். என்னுடைய விளக்கத்தை முகமதியர்கள் ஏற்றுக் கொள்ளத்தயாரில்லை. எங்களையும் உள்ளூர்வாசிகளையும் அவர்கள் வசைபாடிக் கொண்டிருந்தார்கள். எங்களை எரிச்சலூட்டுமளவுக்கு அவர்கள் மிகவும் ஆபாசமாகத் திட்டித் தீர்த்தார்கள். இத்தகைய சூழ்நிலைமையில் அப்போது கலகமும் ஏன் கொலைகளும்கூட நடைபெற்றிருக்கக்கூடும். இருப்பினும் நாங்கள் எங்களை

அடக்கிக் கொள்ள வேண்டியிருந்தது. எங்கள் பயணத்தைத் திடீர் முடிவுக்குக் கொண்டு வந்து விடும் ஒரு கிரிமினல் வழக்கில் நாங்கள் சம்பந்தப்பட விரும்பவில்லை.

தீண்டத்தகாதவர்கள் பொதுக்குளத்திலுள்ள தண்ணீரை உபயோகிக்கக்கூடாது என்ற பொருளில் ஒவ்வொருவரும் அவரவருடைய மத ஆசாரங்களைப் பின்பற்ற வேண்டுமென்று, கூட்டத்திலிருந்த ஒரு முஸ்லீம் இளைஞர் திரும்பத் திரும்பக் கூறிக் கொண்டிருந்தார். நான் பொறுமையை இழந்து ஒருவித கோபமான குரலில் கேட்டேன்: "இதைத்தான் உங்கள் மதம் போதிக்கிறதா? முகமதியனாக மாறினால் ஒரு தீண்டத்தகாதவனை இந்தக் குளத்திலிருந்து தண்ணீர் எடுக்கக்கூடாது என்று தடுப்பீர்களா?" இந்த நேரடியான கேள்விகள் அந்த முகமதியர்களிடம் கொஞ்சம் மாற்றத்தை ஏற்படுத்தியது. ஒரு பதிலும் கூறாது மௌனமாக நின்று கொண்டிருந்தனர். காவல்காரரை நோக்கி நான் கோபமாகக் கேட்டேன்: "கோட்டைக்குள் நாங்கள் போகலாமா, இல்லையா? முடியாது என்றால் நாங்கள் இங்கு காத்திருக்க விரும்பவில்லை, சொல்லுங்கள்." காவல்காரர் என் பெயரைக் கேட்டார். நான் அதை ஒரு துண்டுக் காகிதத்தில் எழுதிக் கொடுத்தேன். அதை அவன் கண்காணிப்பாளரிடம் உள்ளே எடுத்துச் சென்று கொடுத்து விட்டு வெளியே வந்தான். கோட்டைக்குள் செல்ல நாங்கள் அனுமதிக்கப்பட்டோம். ஆனால், உள்ளே எந்தத் தண்ணீரையும் நாங்கள் தொட்டுவிடக்கூடாது என்று சொல்லப்பட்டது. ஆயுதம் தாங்கிய சிப்பாய் ஒருவன் நாங்கள் இந்த ஆணையை மீறுகிறோமா என்று கண்காணிக்க எங்களுடன் புறப்பட்டான்.

ஒருவன் இந்துவுக்குத் தீண்டத்தகாதவன் என்றால் அவன் பார்சிக்கும் தீண்டத்தகாதவன் என்பதைக் காட்ட ஒரு நிகழ்ச்சியை விவரித்திருந்தேன். ஒருவன் இந்துவுக்குத் தீண்டத்தகாதவன் என்றால் அவன் முகமதியருக்கும் தீண்டத்தகாதவனே என்பதை இந்த நிகழ்வு படம் பிடித்துக் காட்டும்.

~

ஐந்து

அடுத்த நிகழ்வும் இதே அளவு தெளிவைக் கொடுக்கக் கூடியதுதான். கத்தியவார் கிராமத்தின் ஒரு தீண்டத்தகாதவரான பள்ளி ஆசிரியருக்கு நேர்ந்த சோக நிகழ்வு இது. திரு. காந்தி வெளியிட்டு வந்துள்ள 'யங் இந்தியா'வின் 1929 டிசம்பர் 12ஆம் தேதி இதழில் வெளியிடப்பட்டுள்ள பின்வரும் கடிதத்தில் இந்நிகழ்வு விவரிக்கப்பட்டுள்ளது. அண்மையில் பிரசவித்த தன் மனைவிக்குச் சிகிச்சை அளிக்க ஓர் இந்து மருத்துவரைச் சம்மதிக்க வைப்பதில் அவருக்கு நேர்ந்த இன்னல்களையும், மருத்துவ உதவியின்றி எப்படி மனைவியும் குழந்தையும் இறந்தனர் என்பதையும் அக்கடிதம் தெரிவிக்கிறது. கடிதம் கூறுவதாவது:

"இந்த மாதம் 5ஆம் தேதி எனக்கு ஒரு குழந்தை பிறந்தது. 7ஆம் தேதி அது நோய்வாய்ப்பட்டு வயிற்றுப் போக்கால் அவதிப்பட்டது. அதனுடைய நாடித் துடிப்பு குறைந்தது. நெஞ்சும் வீக்கமடைந்தது. மூச்சுவிடுவதும் கடினமாகி விலா எலும்புகளிலும் வலி எடுக்க ஆரம்பித்தது. நான் ஒரு மருத்துவரை அழைக்கச் சென்றேன். ஆனால், அவர் ஒரு ஹரிஜன் வீட்டுக்கு வரவோ, குழந்தையைப் பரிசோதனை செய்யவோ தயாரில்லை என்று கூறிவிட்டார். பிறகு நான் நகர்சேத் மற்றும் கெராசியாவிடம் சென்று எனக்கு உதவுமாறு கெஞ்சிக் கேட்டுக் கொண்டேன். நான் மருத்துவருக்குக் கொடுக்க வேண்டிய அவரது கட்டணமான இரண்டு ரூபாய்க்கு நகர்சேத் உத்தரவாதம் அளித்தார். ஹரிஜனக் குடியிருப்புக்கு வெளியிலேதான் அவர்களை மருத்துவப்

பரிசோதனை செய்ய முடியும் என்ற நிபந்தனையின் பேரில் மருத்துவர் வந்தார். என் மனைவியைப் பிறந்த குழந்தையுடன் குடியிருப்புக்கு வெளியே கொண்டு சென்றேன். பிறகு மருத்துவர் ஒரு வெப்பமானியை ஒரு முஸ்லீமிடம் கொடுக்க, அவர் அதை என்னிடம் கொடுத்தார். நான் அதை என் மனைவியிடம் கொடுத்தேன். அதை உபயோகித்த பிறகு அதே முறையில் அது திரும்பக் கொடுக்கப்பட்டது. அப்பொழுது இரவு சுமார் 8 மணி. விளக்கு வெளிச்சத்தில் வெப்பமானியைப் பார்த்துவிட்டு நோயாளிக்கு நிமோனியா ஜுரம் என்று மருத்துவர் கூறினார். பிறகு அவர் போய்விட்டார். மருந்துகளை அனுப்பினார். கடையிலிருந்து கொஞ்சம் ஆளிவிதைகளைக் கொண்டு வந்து நோயாளிக்குப் பூசினேன். நான் மருத்துவருக்கு இரண்டு ரூபாய் கட்டணத்தைக் கொடுத்திருந்தும் அதற்குப் பிறகு அவர் அவளைப் பார்க்க மறுத்துவிட்டார். நோய் ஆபத்தானது. கடவுள் மட்டுமே எங்களைக் காப்பாற்ற முடியும். எனது வாழ்க்கையின் ஒளி மறைந்துவிட்டது. இன்று மதியம் இரண்டு மணிக்கு அவள் இறந்துவிட்டாள்”

அந்தத் தீண்டத்தகாத ஆசிரியரின் பெயர் கொடுக்கப்படவில்லை. அதேபோன்று அந்த மருத்துவரின் பெயரும் கொடுக்கப்படவில்லை. தனக்குப் பதிலடி கிடைக்கும் என்று பயந்த அந்த தீண்டத்தகாத ஆசிரியரின் வேண்டுகோளுக்கிணங்க இந்த ஏற்பாடு செய்யப்பட்டது. ஆனால், நிகழ்வுகள் மறுக்க முடியாதவை.

எந்தவித விளக்கமும் தேவையில்லை. படித்தவராக இருந்தும், நோய்வாய்ப்பட்டு ஆபத்தான நிலையில் இருந்த நோயாளிக்கு அந்த மருத்துவர் சிகிச்சை அளிக்கவும் வெப்பமானியைத் தானே கொடுத்து உபயோகிக்கவும் மறுத்துவிட்டார். அவர் சிகிச்சை அளிக்க மறுத்துவிட்டதால் அந்தப் பெண் இறந்துவிட்டார். அவருடைய தொழில் ரீதியான நடத்தை நெறிகளைக் குழி தோண்டிப் புதைத்ததில் அவருடைய மனச்சாட்சி உறுத்தவில்லை. ஓர் இந்து, தீண்டத்தகாதவனைத் தொடுவதைவிட மனிதாபிமானமற்று இருப்பதையே சிறந்ததாகக் கருதுகிறான்.

~

ஆறு

இதைவிட மனத்தைத் தொடக்கூடிய இன்னொரு நிகழ்வு இருக்கிறது. 1938 மார்ச் மாதம் 6ஆம் தேதி பம்பாய் தாதரின் கசர் வாடியில் (கம்பளித் தொழிற்சாலைக்குப் பின்னே) பங்கிகளின் கூட்டம் ஒன்று திரு. இந்துலால் யக்னிக் தலைமையில் நடை பெற்றது. இந்தக் கூட்டத்தில் ஒரு பங்கி இளைஞன் தன் அனுபவத்தைப் பின்வருமாறு விவரித்தான்:

"1938இல் வட்டாரமொழி இறுதித் தேர்வில் வெற்றி பெற்றுள்ளேன். நான்காம் வகுப்புவரை நான் ஆங்கில மொழி படித்திருக்கிறேன். பம்பாய் நகரசபையின் பள்ளிகள் குழுவுக்கு ஆசிரியர் வேலைக்கு விண்ணப்பம் செய்தேன். ஆனால், வேலை காலி இல்லாததால் அது, பயனற்றுப் போயிற்று. பிறகு ஆமதாபாத்திலுள்ள பிற்பட்டோர் துறை அலுவலருக்குத் தலாத்தி (கிராம பட்வாரி) வேலைக்கு விண்ணப்பித்து வெற்றியும் கண்டேன். கேதா மாவட்ட போர்சாத் தாலுகாவிலுள்ள மாம்லத்தார் அலுவலகத்தில் தலாத்தியாக நியமிக்கப்பட்டேன்.

எனது குடும்பம் தொடக்கத்தில் குஜராத்திலிருந்து வந்திருந்தாலும் இதற்கு முன்பு நான் குஜராத் சென்றதில்லை. அங்கே செல்வது இதுவே முதல் தடவை. அதேபோல், அரசு அலுவலகங்களிலும் தீண்டாமை கடைப்பிடிக்கப்படும் என்பது எனக்குத் தெரியாது. மேலும் என் விண்ணப்பத்தில் நான் ஹரிஜன் என்ற உண்மையையும் தெரிவித்திருந்ததால், அலுவலக நண்பர்கள் நான் யார் என்பதை முன்பே தெரிந்து

கொண்டிருப்பார்கள் என நினைத்தேன். எனவேதான் தலாத்தி வேலையில் சேருவதற்காக நான் சென்றபோது மாம்லத்தார் அலுவலக எழுத்தரின் போக்கைக் கண்டு ஆச்சரியம் அடைந்தேன்.

கார்குன் வெறுப்புடன் கேட்டார்: "நீ யார்?". "ஐயா, நான் ஒரு ஹரிஜன்" என்று பதிலளித்தேன். "தூரப் போ, தள்ளி நில்" என்றார். "இவ்வளவு அருகே நிற்க உனக்கு எவ்வளவு தைரியம்? இப்போது நீ அலுவலகத்தில் இருக்கிறாய். நீ, வெளியே மட்டும் இருந்தால் உனக்கு ஆறு உதை கொடுத்திருப்பேன். இங்கு வேலைக்கு வர உனக்கு என்ன தைரியம்?" என்று சீறினார். அதற்குப் பிறகு தலாத்தி வேலைக்கான நியமனக் கடிதத்தையும் பள்ளிச் சான்றிதழ்களையும் தரையில் போடச் சொன்னார். பிறகு அதை அவர் பொறுக்கி எடுத்துக் கொண்டார். போர்ஸாத் மாம்லத்தார் அலுவலகத்தில் வேலை பார்த்தபோது குடிக்கத் தண்ணீர் பெறும் விஷயத்தில் நான் மிகவும் கஷ்டப்பட்டேன். அலுவலக வராந்தாவில் குடிப்பதற்கான தண்ணீர் உள்ள தகரக்குவளைகள் வைக்கப்பட்டிருந்தன. இந்தத் தகரக்குவளைகளுக்குப் பொறுப்பாக குடிநீர் வழங்குபவர் ஒருவர் இருந்தார். அலுவலகத்தின் எழுத்தர்களுக்குத் தேவைப்படும் போது தண்ணீர் கொண்டு வந்துதர வேண்டியதுதான் அவருடைய பணி. குடிநீர் வழங்குபவர் இல்லாத நேரத்தில் அவர்களே குவளைகளிலிருந்து தண்ணீர் எடுத்துக் குடிக்க முடியும். என்னுடைய நிலைமையில் இது சாத்தியமில்லை. நான் அந்தக் குவளைகளைத் தொடமுடியாது. ஏனெனில் நான் தொடுவதால் அந்தத் தண்ணீர் தீட்டுப்பட்டுவிடும். குடிநீர் வழங்குபவரின் தயவைத்தான் நான் நம்பியிருக்க வேண்டியிருந்தது. எனது உபயோகத்துக்காக அழுக்கடைந்த ஒரு சிறு பானை வைக்கப்பட்டிருந்தது. என்னைத் தவிர அதை யாரும் தொடவோ கழுவவோ மாட்டார்கள். இந்தப் பானையில்தான் குடிநீர் வழங்குபவர் எனக்குச் சிறிதளவு தண்ணீர் ஊற்றுவார். குடிநீர் வழங்குபவர் இருந்தால் தான் எனக்கு தண்ணீர் கிடைக்கும். எனக்குத் தண்ணீர் ஊற்றுவது அவருக்குப் பிடிக்கவில்லை. நான் தண்ணீருக்காக வருவதைக் கண்டு அவர் எப்படியோ எங்கேயாவது நழுவிவிடுவார். விளைவு, நான் தண்ணீரில்லாமல் அவதிப்பட வேண்டியதுதான். இவ்வாறு நான் குடிக்கத் தண்ணீர் கிடைக்காமல் கழித்த நாட்கள் ஒன்று இரண்டல்ல.

என்னுடைய குடியிருப்புப் பிரச்சினையும் இதே போன்று கஷ்டமானதுதான். போர்ஸாத்துக்கு நான் புதியவன். எந்தச் சாதி இந்துவும் எனக்கு வாடகைக்கு வீடு கொடுக்க மாட்டார். ஓர் எழுத்தர் போல அதாவது என் தகுதிக்கு மேல் நான் வாழ முயல்வதை விரும்பாத இந்துக்களின் வெறுப்பிற்கு ஆளாகி விடுவோமோ என்று பயந்து போர்ஸாத் தீண்டத்தகாதவர்கள் எனக்குக் குடியிருப்பு கொடுக்கத் தயாரில்லை. உணவைப் பொறுத்தவரை இதைவிட சொல்லொண்ணா அவதி. நான் உணவு பெறுவதற்கு இடம் எதுவுமோ அல்லது மனிதரோ கிடையாது. காலையிலும் மாலையிலும் நான் ‘பஜாஸ்’ வாங்குவது வழக்கம். கிராமத்திற்கு வெளியே ஏதாவது ஒரு தனி இடத்தில் சாப்பிட்டுவிட்டு இரவு வந்து மாம்லத்தார் அலுவலகத் தாழ்வாரத்தின் நடைபாதைத் தளத்தில் உறங்குவது வழக்கம். இவ்விதம் நான்கு நாட்களைக் கழித்தேன். இவையாவும் என்னால் தாங்கிக் கொள்ள முடியாத அளவுக்குப் போய்விட்டன. என் மூதாதையரின் கிராமமான ஜென்ட்ராலில் போய் வசிக்கத் தொடங்கினேன். போர்ஸாத்திலிருந்து அது 6 மைல் தொலைவில் இருந்தது. தினந்தோறும் நான் பதினோரு மைல் நடக்க வேண்டியிருந்தது. ஒன்றரை மாதம் இப்படிக் கழிந்தது.

இதற்குப் பிறகு வேலையைக் கற்றுக் கொள்வதற்காக மாம்லத்தார் என்னை ஒரு தலாத்தியிடம் அனுப்பினார். ஜென்ட்ரால், காப்பூர், ஸாஜிப்பூர் ஆகிய மூன்று கிராமங்களும் இந்தத் தலாத்தியின் பொறுப்பில் இருந்தன. ஜென்ட்ரால்தான் அவருடைய தலைமையகம். இந்தத் தலாத்தியுடன் ஜென்ட்ராலில் இரு மாதங்கள் கழித்தேன். அவர் எனக்கு ஒன்றும் கற்றுக்கொடுக்கவில்லை. மேலும் கிராம அலுவலகத்துக்குள் நான் ஒரு தடவை கூட நுழைந்தது கிடையாது. கிராமத் தலைவர் முக்கியமாக என் மீது மிகுந்த விரோதம் கொண்டிருந்தார். ஒரு தடவை அவர் சொன்னார்: “ஏய் பையா, உன் அப்பன், அண்ணன் எல்லோரும் இந்தக் கிராமத்து அலுவலகத்தைப் பெருக்கிக் கொண்டிருந்தார்கள். ஆனால், நீ எங்களுக்குச் சமமாக அலுவலகத்தில் உட்கார விரும்புகிறாயா? ஜாக்கிரதை இந்த வேலையை நீ விட்டுவிடுவது நல்லது.’’

ஒரு நாள் தலாத்தி என்னை ஸாஜிப்பூருக்கு அழைத்து, அந்தக் கிராமத்தின் மக்கள்தொகை அட்டவணையைத் தயாரிக்கச்

சொன்னார். ஜென்ட்ராலிலிருந்து நான் ஸாஜிப்பூருக்குச் சென்றேன். கிராமத் தலைமை அதிகாரியும் தலாத்தியும் கிராம அலுவலகத்தில் ஏதோ வேலை செய்து கொண்டிருப்பதைக் கண்டேன். நான் அங்கு சென்று அலுவலக வாசலருகே, “காலை வணக்கம்” என்று அவர்களுக்கு முகமன் கூறினேன். ஆனால், அவர்கள் என்னைக் கண்டுகொள்ளவில்லை. நான் வெளியே சுமார் 15 நிமிடங்கள் நின்று கொண்டிருந்தேன். ஏற்கெனவே வாழ்க்கையில் சலித்துப் போயிருந்த நான் இந்த மாதிரி புறக்கணிக்கப்பட்டு அவமானப்படுத்தப்படுவதைக் கண்டு கோபமடைந்தேன். அங்கே இருந்த ஒரு நாற்காலியில் அமர்ந்தேன். நான் நாற்காலியில் உட்கார்ந்திருப்பதைப் பார்த்த கிராமத் தலைமை அதிகாரியும் தலாத்தியும் என்னிடம் ஒன்றும் கூறாமல் அமைதியாக வெளியேறினர். சிறிது நேரத்துக்குப் பிறகு மக்கள் ஒவ்வொருவராக வர ஆரம்பித்தனர். விரைவிலேயே என்னைச் சுற்றி ஒரு பெருங்கூட்டம் கூடிவிட்டது. கிராம நூலகத்தின் நூலக அதிகாரி இந்தக் கூட்டத்தை வழிநடத்திக் கொண்டிருந்தார். படித்த மனிதரான அவர் ஏன் இந்தக் கும்பலை வழிநடத்திச் செல்ல வேண்டும் என்பது எனக்குப் புரியவில்லை. அந்த நாற்காலி அவருடையது என்பதை பிறகுதான் தெரிந்து கொண்டேன். மிக மோசமான முறையில் அவர் என்னை வசைபாட ஆரம்பித்தார். ரவனியாவிடம் (கிராம ஊழியர்) அவர் பின்வருமாறு கூறினார்: “இந்த பங்கி நாயை நாற்காலியில் உட்கார யார் அனுமதித்தது?” ரவனியா என்னை நாற்காலியில் இருந்து இறக்கிவிட்டு நாற்காலியை எடுத்துச் சென்றான். நான் தரையில் உட்கார்ந்தேன். விரைவில் கூட்டம் கிராம அலுவலகத்துக்குள் நுழைந்து என்னைச் சூழ்ந்து கொண்டது. சிலர் வசைபாடிக் கொண்டிருக்க, சிலர் என்னை தர்யாவால் (வாள் போன்ற கூர்மையான ஆயுதம்) கண்டதுண்டமாக வெட்டிவிடுவதாக அச்சுறுத்தினர். என்னை மன்னித்து எனக்கு இரக்கம் காட்டும்படி அந்த மூர்க்கத்தனமானக் கூட்டத்திடம் கெஞ்சினேன். எனது கெஞ்சுதல் கூட்டத்தினரிடம் எந்தவிதமான சலனத்தையும் ஏற்படுத்தவில்லை. என்னை எப்படிப் பாதுகாத்துக் கொள்வது என்று எனக்குத் தெரியவில்லை. எனக்கு ஏற்பட்ட கதியையும், இந்தக் கூட்டத்தில் நான் கொல்லப்பட்டால் என் உடலை என்ன செய்ய வேண்டுமென்பதையும் விளக்கி மாம்லத்தார்வுக்கு

எழுதுவது என்ற யோசனை எனக்குத் தோன்றியது. அவர்களுக்கு எதிராக உண்மையிலேயே மாம்லத்தாருக்குப் புகார் செய்கிறேன் என்பதை அந்தக் கூட்டம் தெரிந்து கொண்டால் அவர்கள் என்னை விட்டுவிடுவார்கள் என்று நம்பினேன். ரவனியாவிடம் ஒரு துண்டுக் காகிதம் தருமாறு கேட்க அவனும் கொடுத்தான். எல்லோரும் படிக்கும்படியாக பெரிய தடித்த எழுத்தில் என் பேனாவால் பின்வருமாறு எழுதினேன்:

போர்ஸாத் தாலுகா
மாம்லத்தார் அவர்களுக்கு,

ஐயா,

பார்மர் காளிதாஸ் ஷிவ்ராமின் தாழ்ந்த வணக்கங்களைப் பெற்றுக் கொள்ளுங்கள். இன்றைக்கு மரணத்தின்கொடிய கரம் என்னைத் தாக்குகிறது என்பதைத் தாழ்மையுடன் தெரிவித்துக் கொள்கிறேன். என்னுடைய பெற்றோர்களின் வார்த்தைகளைக் கேட்டிருந்தால் இப்படி நடந்திருக்காது. என்னுடைய மரணத்தைப் பற்றி என் பெற்றோர்களுக்குத் தயவு செய்து தெரிவியுங்கள்.

நூலக அதிகாரி கடிதத்தைப் படித்துவிட்டு உடனே அதைக் கிழித்தெறியும்படி சொல்ல, நானும் அப்படியே செய்தேன். பல்வேறு வசைமொழிகளால் என்னை மூழ்கடித்தார்கள். "உன்னை எங்கள் தலாத்தி" என்று அழைக்க வேண்டுமா? நீ ஒரு பங்கி. எனினும் இந்த அலுவலகத்தில் நுழைந்து நாற்காலியில் அமர விரும்புகிறாய். "நான் இரக்கம் காட்டுமாறு கெஞ்சிக் கேட்டுக்கொண்டேன். இவ்வாறு மீண்டும் நடக்காது, இந்த வேலையை விட்டு விடுகிறேன்" என்று சொன்னேன். இரவு ஏழு மணிவரை என்னை அங்கே வைத்திருந்தார்கள். அப்பொழுதுதான் கூட்டம் கலைந்தது. அதுவரை தலாத்தியோ முக்கியாவோ வரவில்லை. பிறகு 15 நாட்கள் விடுப்பு எடுத்துக் கொண்டு பம்பாயிலுள்ள என் பெற்றோர்களிடம் திரும்பி வந்தேன்.

~